Dr. Jaerock Lee

Ekinyweza
Ebisuubirwa

"Okukkiriza kye kinyweza ebisuubirwa, kye kitegeereza ddala ebigambo ebitalabika. Kubanga abakadde baategeerezebwa mu okwo. Olw'okukkiriza tutegeera ng'ebintu byonna byakolebwa kigambo kya Katonda, era ekirabika kye kyava kirema okukolebwa okuva mu birabika."
(Abaebbulaniya 11:1-6)

Ekinyweza Ebisuubirwa
Okukkiriza kya Dr. Jaerock Lee
Kyafulumizibwa aba Urim Books (Abakulirwa: Seongkeon Vin)
235-3, Guro-dong 3, Guro-gu, Seoul Korea
www.urimbook.com
Omutwe Omutono: Kye kinyweza ebisuubirwa

Obuyinza bwonna tubwesigaliza. Ekitabo kino oba ebitundu byakyo tebirina kufulumizibwa nate mu ngeri yonna, oba okuterekebwa mu ngeri yonna, oba okufulumizibwa mu kika kyonna ng'okwokyesaamu, oba okugyamu kkoppi, awatali lukusa okuva eri abaakifulumya.

Okujjako nga kiragiddwa, eby'awandiikibwa byonna bisimbuddwa mu Kitabo Ekitukuvu.

Obwannannyini ©2009 bwa Dr. Jaerock Lee
ISBN: 979-11-263-1088-3 03230
Obwannannyini ku kuvunula 2008 bwa Dr. Esther K. Chung. Nga akkiriziddwa.

Kyasooka kufulumizibwa mu lulimi Olu Korea aba Urim Books mu 1990

Kyasooka Kufulumizibwa mu Gw'omukaaga 2023

Kyasunsulibwa Dr. Geumsun Vin
Kyalungiyizibwa Ekitongole ekisunsuzi ekya Urim Books
Kyakubibwa mu kyapa aba Yewon Printing House
Okumanya ebisingawo tuukirira aba: urimbook@hotmail.com

Eby'omuwandiisi

Okusinga byonna, neebaza n'okuddiza Katonda Kitaffe ekitiibwa oyo atusobozesezza okufulumya ekitabo kino.

Katonda, nga Ye kwagala, yasindika omwana We omu, Yesu Kristo, ng'ekiweebwayo ekitangirira ku lw'abantu bonna abaali balina okufa olw'ebibi byabwe ebyava ku bujeemu bwa Adamu era n'atuteerawo ekkubo ery'obulokozi. Omuntu bw'akkiriza kino, era n'agulawo omutima gwe n'akkiriza Yesu Kristo ng'omulokozi we asonyiyibwa ebibi bye, era n'afuna ekirabo eky'Omwoyo Omutukuvu era Ye yennyini n'amukkiriza ng'Omwana wa Katonda. Era, ng'omwana wa Katonda alina okubeera ng'afuna okuddibwamu eri buli kintu kyasaba n'okukkiriza. Era ekivaamu kwe kubeera n'obulamu obutalina kye bujula, era ajja kubeera n'obusobozi okuwangulira ddala ensi.

Bayibuli etugamba nti ba taata b'okukkiriza bakkiririzanga mu maanyi ga Katonda okutondawo ekintu nga tebalina mwe bakiggye. Era ne beerabira ku mirimu gya Katonda egy'ewuunyisa. Katonda waffe y'omu jjo, leero n'ekya, era n'amaanyi Ge agasingirayo ddala Akyakolera ddala ebintu bye bimu ebyo eri abo abakkiriza era ne batambulira mu kigambo kya Katonda ekyawandiikibwa mu Bayibuli.

Mu buweereza bwange mu myaka ekkumi egiyise, ndabye ba memba ba Manmin abatabalika abafunye okuddibwamu n'eky'okuddamu eri ebizibu byabwe eby'enjawulo bye baayitangamu olw'okukkiriza n'okugondera ekigambo eky'amazima era ne basobola okuddiza Katonda ekitiibwa mu ngeri ey'amaanyi. Bwe bakkiriza ekigambo kya Katonda ekigamba nti, "Obwakabaka obw'omu ggulu buwagizibwa, n'abawaguza babunyaga lwa maanyi" (Matayo 11:12), era ne batuyaana n'okusaba era ne batambulira mu kigambo kya Katonda okusobola okufuna okukkiriza okusingawo, nze bandabikira nga ba muwendo era nga balungi okusinga ekintu ekirala kyonna.

Omulimu guno gw'abo abayaayaana okutambulira mu bulamu obuwanguzi nga bafuna okukkiriza okutuufu okusobola okuddiza Katonda ekitiibwa, nga babunyisa okwagala kwa Katonda n'okugabana enjiri ya Mukama. Era mu myaka abiri egiyise mbuulidde obubaka bungi wansi w'omutwe "Okukkiriza" era okuyita mu kulonda obumu ku bwo n'okubusunsula mu ngeri ennung'amu, ekitabo kino kisobodde okufulumizibwa. Nsaba nti, Okukkiriza; kye kinyweza ebisuubirwa okubeera nga kikola ng'omunaala oguliko ekitangaala ekirung'amya abantu eri okukkiriza okutuufu eri emyoyo egitabalika .

Embuyaga ekunta ng'edda yonna gyeyagala era tetusobola kugiraba n'amaaso gaffe. So ng'ate, bwe tulaba amakoola g'emiti nga gafuuyibwa embuyaga, tusobola okutegeera nti embuyaga w'eri. Mu ngeri y'emu, wadde tetusobola kulaba Katonda n'amaaso gaffe ag'okungulu, Katonda mulamu era ddala gyali. Yensonga lwaki okusinziira ku kukkiriza kwo mu Ye, okutuuka ku mutendera gwonna gw'oyagala, ojja kusobola okumulaba, omuwulire, owulire nti waali era omwerabireko okuyita mw'ebyo byakola.

Jaerock Lee

Ebirimu

Eby'omuwandiisi

Essuula 1
Okukkiriza Okw'omubiri ne

Okukkiriza Okw'omwoyo · 1

Essuula 2
Okulowooza Kw'omubiri bwe bulabe eri Katonda · 13

Essuula 3
Okumenyaamenya Empaka na Buli Kintu Ekigulumivu · 29

Essuula 4
Siga ensigo ey'Okukkiriza · 43

Essuula 5
'Oba ng'oyinza!' Byonna biyinzika eri akkiriza! · 57

Essuula 6
Danyeri Yeesigama ku Katonda yekka · 71

Essuula 7
Katonda Atuweerawo · 85

Essuula 1

Okukkiriza Okw'omubiri n'Okukkiriza Okw'omwoyo

Abaebbulaniya 11:1-3

Okukkiriza kye kinyweza ebisuubirwa, kye kitegeereza ddala ebigambo ebitalabika. Kubanga abakadde baategeerezebwa mu okwo. Olw'okukkiriza tutegeera ng'ebintu byonna byakolebwa kigambo kya Katonda, era ekirabika kye kyava kirema okukolebwa okuva mu birabika.

Omusumba asanyuka nnyo bw'alaba ng'endiga ze zifunye okukkiriza okutuufu n'okugulumiza Katonda n'okukkiriza okutuufu. Ku ludda olumu, abamu ku bbo bwe baweera Katonda omulamu obujulizi era obulamu bwabwe ne buba nga buweera Kristo obujulizi, omusumba asanyuka n'anyiikira okukola omulimu gwe ogwamuweebwa Katonda. Ku ludda olulala, abalala bwe balemererwa okwongera ku kukkiriza kwabwe ne bagwa mu bizibu n'okubonaabona, omusumba alina okuwulira obulumi era omutima gwe ne guba nga teguteredde.

Awatali kukkiriza, tekisoboka kusanyusa Katonda, wadde okufuna eky'okuddamu eri okusaba kwo, wabula era kikubeerera kizibu nnyo okufuna essuubi ery'eggulu n'okusobola okutambulira mu bulamu obutuufu obw'okukkiriza.

Okukkiriza gwe musingi ogusinga obukulu mu bulamu bw'omukristaayo. Lye kkubo ery'okumpi eri obulokozi era nga kye kisaanyizo ekikulu ennyo mu kufuna okuddamu kwa Katonda. Mu biseera byaffe bino, olw'okuba abantu tebamanyi bulungi okukkiriza kye ki, abantu bangi balemererwa okufuna okukkiriza okutuufu. Balemererwa okufuna obukakafu bw'obulokozi. Balemererwa okutambulira mu kitangaala era ne balemererwa okufuna okuddibwamu kwa Katonda wadde nga baatula nga bwe bakkiririza mu Katonda.

Okukkiriza kwawulwamu ebika bya mirundi ebiri: Okukkiriza okw'omubiri n'okukkiriza okw'omwoyo. Essuula eno esooka ekunnyonyola ku kukkiriza okutuufu n'engeri gy'oyinza okufunamu eby'okuddamu okuva eri Katonda n'okulung'amizibwa eri ekkubo ery'obulamu obutaggwawo okuyita mu kukkiriza okutuufu.

Okukkiriza Okw'omubiri

Bw'okkiriza ekyo kyokka ky'olaba n'amaaso go n'ebyo ebikkiriziganya n'okutegeera kwo saako endowooza yo, okukkiriza kwo kwe kuyitibwa "okukkiriza okw'omubiri." N'okukkiriza kuno okw'omubiri osobola okukkiririza mw'ebyo ebintu byokka ebikoleddwa okuva mu bintu ebirabika. Eky'okulabirako, ng'olina okukkiriza kuno nti akatebe bakakola mu mbaawo.

Okukkiriza okw'omubiri era kuyitibwa "okukkiriza okumanye." N'okukkiriza okw'ekika kino okw'omubiri, okkiririza mw'ebyo byokka ebikkiriziganya n'ebyo ebiri mu bwongo bwo, ne mu birowoozo byo. Ebyo obikkiriza awatali kubuusabuusa, nti akatebe k'ava mu mbaawo kubanga kino wali okirabyeko, oba wali okiwuliddeko nti obutebe bukolebwa okuva mu mbaawo era ng'okimanyi era wakitegeera mu engeri eyo.

Abantu balina enkola ejjukira ebintu mu bwongo. Babuteekamu ebintu bingi okuva lwe bazaalibwa. Batereka mu butofaali bwabwe obw'omu bwongo ebyo bye baali balabyeko, okuwulira, bye bawulidde okuva ku bazadde baabwe, baganda baabwe, bannyinabwe, mikwano gyabwe, baliraanwa n'ebyo bye basoma ku ssomero, era ne bakozesa ebyo bye baatereka ku bwong buli we babyetaagira.

Naye si buli ebyo byonna bye baateeka mu bwongo bwabwe nti mazima. Ekigambo kya Katonda ge mazima kubanga kiyimirirawo olubeerera, so ng'ate ebyo ebimanyiddwa okuva mu nsi bisobola okukyukakyuka era nga mu bino amazima gatabuddwa n'agatali mazima. Olw'okuba abantu b'ensi tebalina kutegeera kulungi okw'amazima, agatali mazima gakozeseddwa bubi nga bagafuula amazima. Eky'okurabirako, bakkiririza mu njigiriza nti omuntu y'ava mu kintu ekirala.. n'agenda ng'afuuka okutuukwa nga bwe tumulaba kati era b'amanyi nti ntuufu olw'okuba baayigirizibwa bwe batyo ku ssomero ne batamanya kigambo kya Katonda.

Abo abayigiriziddwa nti ekintu kirina kuva mu kirala ekyasooka okubaawo, tebasobola kukikkiriza nti waliwo ekintu ekitondebwa awatali kukiggya mu kintu kirala.

Omuntu alina okukkiriza okw'omubiri, bw'akakibwa okukkiriza nti waliwo ekintu ekyatondebwa nga tekivudde mu kintu kirala kyonna, ebyo bye yatereka mu bwongo era nga byakkiriza nti bye bituufu okuva lwe yazaalibwa bimugaana okukiyita amazima, okubuusabuusa kwe ne kumuleetera obutakikkiriza.

Mu ssuula ey'okusatu eya Yokaana, omwami mu Bayudaaya, ng'erinnya lye Nikoodemo, yajja eri Yesu n'abaako eby'omwoyo byagabana Naye. Mu mboozi eno Yesu yamusoomoza, bwe yamugamba, "Bwe mbabuulidde eby'ensi, ne mutakkiriza, mulikkiriza mutya bwe nnaababuulira eby'omu ggulu?" (v. 12)

Bw'otandika obulamu bwo obw'ekikristaayo, gy'okoma okuwuliriza ekigambo kya Katonda, gy'okoma okukiyingiza mu bwongo. Naye toyinza kukikkiririzaawo mu bujjuvu nga wakatandika okukiwulira, era awo okukkiriza kwo kubeera kwa mubiri. N'okukkiriza kuno okw'omubiri, okubuusabuusa kuyimuka mu ggwe n'olemererwa okutambulira mu kigambo kya Katonda, wadde okuwuliziganya ne Katonda, n'okufuna okwagala Kwe. Eyo yensonga lwaki okukkiriza okw'omubiri era kuyitibwa "okukkiriza okutaliiko bikolwa," oba "okukkiriza okufu."

N'okukkiriza okw'omubiri tosobola kulokolebwa. Yesu yagamba mu Matayo 7:21, "Buli muntu ang'amba nti, 'Mukama wange, Mukama wange,' si ye aliyingira mu bwakabaka obw'omu ggulu, wabula akola Kitange ali mu ggulu by'ayagala" ne mu Matayo 3:12, "Olugali lwe luli mu mukono Gwe, naye alirongoosa nnyo egguuliro Lye; alikung'anyiza eng'ano mu ggwanika, naye ebisusunku alibyokya n'omuliro ogutazikira." Mu bufunze, bw'otatambulira mu kigambo kya Katonda, okukkiriza kwo ne kubeera okwo okutaliiko bikolwa, tosobola kuyingira bwakabaka obw'omu ggulu.

Okukkiriza Okw'omwoyo

Bw'okkiririza mu bintu ebitasobola kulabibwa n'ebyo ebitakkiriziganya na ntegeera yo oba ebyo by'omanyi, osobola okuyitibwa oyo alina okukkiriza okw'omwoyo. N'okukkiriza kuno okw'omwoyo osobola okukkiriza nti waliwo ekintu ekitondebwa, nga tekigiddwa mu kirala.

Ku bikwatagana n'okukkiriza okw'omwoyo, Abaebbulaniya 11:1 w'ogera ku kukkiriza nti: "Okukkiriza kye kinyweza ebisuubirwa, kye kitegeereza ddala ebigambo ebitalabika." Kwe kugamba, bw'otunuulira ebintu n'amaaso ag'omwoyo, ebintu ebyo bijja kutuukirira era bw'otunuulira ekyo ekitasobola kulabibwa, n'amaaso ag'okukkiriza, ekyo ekinyeza ebisuubirwa kyeyoleka. Mu kukkiriza okw'omwoyo ekyo ekitasobola kukolebwa n'okukkiriza okw'omubiri, nga kwe kukkiriza okumanyiddwa nga "okukkiriza okumanye," bijja kusoboka era bireetebwa mu buliwo.

Eky'okulabirako, Musa ebintu yabirabanga n'amaaso ag'okukkiriza, Ennyanja Emyufu n'eyawukamu bibiri era abaana ba Isiraeri ne basala ku lukalu (Okuva 14:21-22). Ne Yoswa, eyadda mu bigere bya Musa, wamu n'abantu be baatunuulira ekibuga Yeriko mu kukkiriza ne bakumba nga bakyetooloola okumala ennaku musanvu olwo ne baleekaanira waggulu ku kisenge kye kibuga, era n'ekigwa wansi (Yoswa 6:12-20). Ibrahim, taata w'okukkiriza, yasobola okugondera ebiragiro bya Katonda era n'awaayo omwana we omu, Isaaka, nga ye yali ensigo y'ekisuubizo kya Katonda naye olw'okuba yali akkiriza nti Katonda yali asobola okuzuukiza omuntu mu bafu (Olubereberye 22:3-12). Eno yensonga emu lwaki okukkiriza okw'omwoyo kuyitibwa okwo "okukkiriza okugenderako ebikolwa," era "okukkiriza okulamu."

Abaebbulaniya 11:3 wagamba, "Olw'okukkiriza tutegeera ng'ebintu byonna byakolebwa kigambo kya Katonda, era ekirabika kye kyava kirema okukolebwa okuva mu birabika." Eggulu n'ensi n'ebintu byonna ebibirimu omuli enjuba, omwezi, emunyeenye, emiti, ebinyonyi, n'ebyennyanja, saako ebisolo, byatondebwa lwa kigambo kye Katonda era N'atonda omuntu okuva mu nfuufu y'ensi. Bino byonna tebyava mu kintu kyonna, era kino tusobola okukikkiriza n'okukitegeera na kukkiriza kwa mwoyo kwokka.

Si buli kimu nti twali tukirabako n'amaaso oba nga kyaliwo, naye olw'amaanyi ga Katonda, kwe kugamba, olw'ekigambo Kye, buli kimu kyakolebwa. Eyo yensonga lwaki twatula nti Katonda yayinza byonna era yamanyi byonna, era okuva mu Ye tusobola okufuna ekintu kyonna kye tusaba n'okukkiriza. Kiri bwe kityo lwakuba Katonda Ayinza byonna ye Katonda kitaffe era tuli baana Be, kale buli kimu kitukolebwa nga bwe tukkirizza.

Okusobola okufuna okuddibwamu n'okwerabira ku by'amagero olw'okukkiriza, olina okukyusa okukkiriza kwo okwo okw'omubiri kufuuke okukkiriza okw'omwoyo. Okusookera ddala, olina okukimanya nti ebyo by'omanyi ebyaterekebwa mu bwongo okuva lwe wazaalibwa n'okukkiriza okw'omubiri okujja olw'ekyo bikulemesa okufuna okukkiriza okw'omwoyo. Olina okumenyaamenya ebyo by'omanyi ebikuleetera okubuusabuusa, era wegyemu ebyo by'omanyi ebibadde bikuwabya ebyateekebwa mu bwongo bwo. Gy'okoma okuwuliriza ekigambo kya Katonda okusobola okukitegeera, n'okumanya eby'omwoyo, okukkiriza okw'omwoyo gye kukoma okweyongera mu bwongo bwo era gy'okoma n'okulaba eby'amagero n'ebyewuunyo ebiragibwa olw'amaanyi ga Katonda nga weerabira ku bukakafu bwa Katonda omulamu obulagibwa okuyita mu bujjulizi bw'abakkiriza, okubuusabuusa kugenda kusuulibwa eri era okukkiriza kwo okw'omwoyo ne kugenda nga kukula.

Okukkiriza kwo okw'omwoyo bwe kugenda kukula, osobola okutambulira mu kigambo kya Katonda, n'oba ng'osobola okuwuliziganya Naye, n'okufuna okuddibwamu okuva Gyali. Okubuusabuusa kwo kwonna bwe kugenda, osobola okuyimirira ku lwazi olw'okukkiriza era ne bakuyita oyo alina okukkiriza okw'amaanyi nga mu kwo osobola okutambulira mu bulamu obw'obuwanguzi mu bulamu, ne mu mbeera yonna esoomooza, oba ekigezo.

N'olwazi luno olw'okukkiriza, Yakobo 1:6 watulabula nti, "Naye asabenga mu kukkiriza, nga taliiko kyabuusabuusa, kubanga abuusabuusa afaanana ng'ejjengo ery'ennyanja eritwalibwa empewo ne lisuukundibwa," ne Yakobo 2:14 watubuuza nti, "Kigasa kitya, baganda bange, omuntu bw'ayogera ng'alina okukkiriza, naye n'ataba na bikolwa? Okukkiriza okwo kuyinza okumulokola?"

N'olwekyo, mbakubiriza okujjukiranga nti okugyako nga wegyeeko okubuusabuusa kwonna, n'oyimirira ku lwazi olw'okukkiriza n'olaga ebikolwa eby'okukkiriza, lw'osobola okuyitibwa oyo alina okukkiriza okw'omwoyo era okukkiriza okulamu okusobola okukulokola.

Okukkiriza Okutuufu N'obulamu Obutaggwawo

Olugero olw'abawala embeerera ekkumi olwawandiikibwa mu ssuula eya 25 eya Matayo lutusomesa ebintu bingi. Olugero lugamba nti abawala abo ekkumi baatwala ettabaaza zaabwe ne bagenda okusisinkana anaawasa omugole. Abataano baalina amagezi era ne batwala amafuta mu ccupa zaabwe wamu ne ttabaaza zaabwe era ne basobola okwaniriza obulungi anaawasa omugole, naye olw'okuba abalala abataano bali basirusiru tebaatwala mafuta bwe baagenda ne ttabaaza, era tebaasobola kulaba anaawasa. Olugero luno, ekimu ku bye lutuyigiriza kwe kuba nti mu bakkiriza mulimu abeesigwa mu kukkiriza era nga beetegekera okudda kwa Mukama n'okukkiriza okw'omwoyo era be bajja okulokolebwa, abalala abateetegeka bulungi tebajja kufuna bulokozi kubanga okukkiriza kwabwe kufu kubanga tekugobererwa bikolwa.

Okuyita mu Matayo 7:22-23, Yesu atuzuukusa nti wadde bangi bawadde obunnabbi, ne bagoba emizimu era ne bakola n'eby'amagero mu linnya Lye, nti tewali n'omu ku bbo alirokolebwa. Kiri bwe kityo lwa kuba babeera ebisusunku tebakoze kwagala kwa Katonda wabula batambulira mu bujeemu n'ekibi.

Tuyinza tutya okwawula wakati w'eng'ano ennungi n'ebisusunku?

Enkuluze ey'ekika kya The Compact Oxford English Dictionary ey'ogera ku 'bisusunku' nga 'ebikuta ebivudde ku nsigo nga bisusiddwako oba okuwewebwako.' Ebisusunku mu makulu ag'omwoyo kiyimirawo ku lw'abakkiriza abatambulira mu kigambo kya Katonda naye nga b'onoona awatali kukyusa mitima gyabwe olw'amazima. Bagenda ku kanisa buli lwa Sande, bawaayo ekimu eky'ekkumi, basaba eri Katonda, balabirira ba memba abanafu era ne baweereza ekkanisa, naye ebintu ebyo byonna tebabikola ku lwa Katonda, wabula olw'okwagala okweraga mu maaso g'abantu ababeetooloodde. Yensonga lwaki baawulwamu ng'ebisusunku ebitasobola kufuna bulokozi.

Eng'ano ennungi etegeeza abo abakkiriza abafuuse abantu ab'omwoyo olw'ekigambo eky'amazima ga Katonda era ne bafuna okukkiriza okutanyeenyezebwa mu mbeera yonna era nga tekuyuuzibwa kudda eno n'eri. Buli kimu bakikola lwa kukkiriza: Basiiba olw'okukkiriza era ne basaba Katonda olw'okukkiriza, basobole okufuna eky'okuddamu okuva eri Katonda. Tebakolera ku kusiindikirizibwa okuva mu balala, kyokka buli kimu bakikola n'okusanyuka saako okwebaza. Olw'okuba babeera bagoberera Omwoyo Omutukuvu okusanyusa Katonda era ne batambulira mu kukkiriza, emmeeme zaabwe zibeera bulungi, era buli kimu kibatambulira bulungi era ne beeyagalira ne mu bulamu obutaliimu ndwadde.

Kati mbakubiriza okwekebera oba nga musinzizza Katonda mu mazima era mu mwoyo oba nga nga muzze emabega era ne mugoberera ebirowoozo ebitaliimu ne mukolokota ekigambo kya Katonda bwe mubeera mu kusinza. Era mulina n'okwetunulamu oba nga mubadde muwangayo ebiweebwayo n'okusanyuka oba mubadde mukikola nga temwagala naye nga mukikola kusanyusa balabi. Okukkiriza okw'omwoyo gye kukoma okukula, ebikolwa gye bijja okwongera okukugoberera. Era gy'okoma okutambulira mu kigambo kya Katonda, okukkiriza okulamu gye kujja okukoma okukuweebwa, era otambulire mu kwagala n'emikisa gya Katonda, otambule wamu Naye, era buli kimu kikubeerere bulungi. Emikisa gyonna egy'awandiikibwa mu Bayibuli gijja kujja gyoli kubanga Katonda mwesigwa eri ebisuubizo Bye nga bwe kyawandiikibwa mu Okubala 23:19, "Katonda si muntu, okulimba, So si mwana wa muntu, okwejjusa; Ayogedde, n'okukola talikikola? Oba agambye, n'okutuusa talikituusa?"

Wabula bw'oba, ng'ogenze mu kanisa era n'osabanga bulijjo era n'oweerezanga ne mukanisa n'obwesigwa naye n'olemererwa okufuna okuyaayaana kw'omutima gwo, kati olina okutegeera waliwo ekitali kituufu ku ludda lwo.

Bw'oba n'okukkiriza okw'amazima, olina okugoberera era otambulire mu kigambo kya Katonda. Mu kifo ky'okulemera ku birowoozo byo gwe n'ebyo by'omanyi, olina okukiriza nti ekigambo kya Katonda kyokka ge mazima era ofune obuvumu mu kumenyaamenya ekyo kyonna ekikontana n'ekigambo kya Katonda. Olina okusuula eri buli kika kya bubi nga ofubanga bulijjo okuwuliriza ekigambo kya Katonda n'okutuukiriza obutuukirivu okuyita mu kusaba obutalekaayo.

Si kituufu nti walokolebwa olw'okuba ogenda ku kanisa, n'obeera ng'owuliriza ekigambo kya Katonda kyokka ng'otereka kitereke ng'ebimu kw'ebyo by'omanyi. Okugyako ng'okitambuliddemu, kubeera okukkiriza okufu okutaliiko bikolwa. Okugyako nga ofunye okukkiriza okw'amazima era okw'omwoyo era n'okola okwagala kwa Katonda, lw'ojja okusobola okuyingira mu bwakabaka obw'omu ggulu n'okweyagalira mu bulamu obutagwawo.

K'otegeere gwe nti Katonda ayagala ofune okukkiriza okw'omwoyo okwo okugobererwa ebikolwa, era weeyagalire mu bulamu obutaggwaawo n'ebirungi omwana wa Katonda bye yeeyagaliramu oyo abeera alina okukkiriza okw'amazima!

Essuula 2

Okulowooza Kw'omubiri bwe bulabe eri Katonda

Abaruumi 8:5-8

"Kubanga abagoberera omubiri, balowooza bya mubiri, naye abagoberera omwoyo bya mwoyo. Kubanga okulowooza kw'omubiri kwe kufa, naye okulowooza kw'omwoyo bwe bulamu n'emirembe, kubanga okulowooza kw'omubiri bwe bulabe eri Katonda; Kubanga tekufugibwa mateeka ga Katonda; kubanga n'okuyinza tegakuyinza, n'abo abali mu mubiri tebayinza kusanyusa Katonda."

Ennaku zino waliwo abantu bangi abajja mu kanisa era ne baatula okukkiriza kwabwe mu Yesu Kristo. Kino nno kisanyusa era g'aba mawulire malungi gye tuli. Naye Mukama waffe Yesu yagamba mu Matayo 7:21, Buli muntu ang'amba nti, 'Mukama wange, Mukama wange,' si ye aliyingira mu bwakabaka obw'omu ggulu, wabula akola Kitange ali mu ggulu by'ayagala, Era n'ayongerako mu Matayo 7:22-23 nti, "Bangi abaling'amba ku lunaku luli nti, 'Mukama waffe, Mukama waffe, tetwalagulanga mu linnya lyo, tetwagobanga dayimooni mu linnya Lyo tetwakolanga bya magero bingi mu linnya lyo?' Ne ndyoka mbaatulira nti, 'Sibamanyangako mmwe; muve we ndi mwenna abakola eby'obujeemu.'"

Ne mu Yakobo 2:26 watugamba, "Kuba ng'omubiri awatali mwoyo bwe guba nga gufudde, era n'okukkiriza bwe kutyo awatali bikolwa nga kufudde." Yensonga lwaki olina okutuukiriza okukkiriza kwo okuyita mu bikolwa eby'obuwulize osobole okukkirizibwa ng'omwana wa Katonda omutuufu afuna buli kintu kyonna ky'osabira.

Bwe tumala okukkiriza Yesu Kristo ng'Omulokozi waffe, tutandika okusanyukira n'okuweereza mu mateeka ga Katonda n'omutima gwaffe. Kyokka bwe tulemererwa okukuuma amateeka ga Katonda, olwo nno tubeera tutuukiriza amateeka ag'ekibi n'omubiri gwaffe era ne tulemererwa okumusanyusa. Kiri bwe kityo lwakuba n'ebirowoozo eby'omubiri tweteeka mu kifo ky'okubeera abalabe eri Katonda era ne tuba nga tetusobola kufugibwa mateeka ga Katonda.

Naye bwe tweggyako ebirowoozo eby'omubiri byonna era ne

tugoberera ebirowoozo eby'omwoyo, tusobola okulung'amizibwa Omwoyo wa Katonda, ne tukuuma amateeka Ge era ne tumusanyusa nga ne Yesu bwe yatuukiriza amateeka mu kwagala. N'olwekyo, ekisuubizo Katonda kye yatuwa ekigamba nti, "Byonna biyinzika eri oyo akkiriza," n'ekiryoka kituukirira gyoli.

Kati katweyongere okwekenneenya enjawulo eriwo wakati w'ebirowoozo eby'omubiri n'ebirowoozo eby'omwoyo. Katulabe lwaki ebirowoozo eby'omubiri bya bulabe eri Katonda, n'engeri gye tuyinza okwewala ebirowoozo eby'omubiri ne tusobola okutambula okusinziira ku Mwoyo okusobola okusanyusa Katonda.

Omuntu Ow'omubiri Alowooza ku bintu Eby'okuyaayaana Kw'omubiri, so nga Omuntu Ow'omwoyo Ayaayaanira Bintu bya Mwoyo

1) Omubiri N'okuyaayaana Kw'omubiri

Mu Bayibuli tusangamu ebintu nga 'omubiri,' 'ebintu eby'omubiri,' 'okuyaayaana kw'omubiri,' ne 'emirimu gy'omubiri.' Ebigambo bino bye bimu mu makulu, era byonna bijja kuvunda era bibulewo bwe tunaava mu nsi eno.

Ebikolwa/emirimu gy'omubiri by'awandiikibwa mu Baggalatiya 5:19-21: "Naye ebikolwa eby'omubiri bya lwatu, bye bino: obwenzi, empitambi, obukaba, okusinza ebifaananyi, okuloga, obulabe, okuyomba, obuggya, obusungu, empaka, okweyawula, okwesalamu, ettima, obutamiivu, ebinyumu, n'ebiri ng'ebyo, nsooka okubabuulira ku ebyo, nga bye nnasooka okubabuulira, nti bali abakola ebiri ng'ebyo tebalisikira bwakabaka bwa Katonda."

Mu Baruumi 13:12-14, omutume Pawulo atulabula ku kuyaayaana kw'omubiri, agamba bwati, "Ekiro kiyise, obudde bunaatera okukya. Kale twambule ebikolwa eby'ekizikiza, era twambale eby'okulwanyisa eby'omusana. Tutambulenga nga tuwoomye nga mu musana, si mu binyumu ne mu mbaga ez'okutamiiranga, so si mu bwenzi n'obukaba si mu kuyombagana n'obuggya. Naye mwambale Mukama waffe Yesu Kristo, so temutegekeranga mubiri, olw'okwegomba."

Tulina omutima n'ebirowoozo. Bwe tutereka okwegomba okubi n'agatali mazima mu mutima gwaffe, okwegomba okwo okubi n'agatali mazima biyitibwa "okwegomba kw'omubiri," era okwegomba okubi kulagibwa okuyita mu bikolwa, era n'ebiyitibwa "ebikolwa eby'omubiri." Okwegomba n'ebikolwa eby'omubiri bikontana n'amazima, kale teri aby'enyigiramu asobola okusikira obwakabaka bwa Katonda.

N'olwekyo, Katonda atulabula mu 1 Bakkolinso 6:9-10, "Oba temumanyi ng'abatali batuukirivu tebalisikira bwakabaka bwa Katonda? Temulimbibwanga; newakubadde abakaba, newakubadde abasinza ebifaananyi, newakubadde abenzi, newakubadde abafuuka abakazi, newakubadde abalya ebisiyga, newakubadde ababbi, newakubadde abeegombi, newakubadde abatamiivu, newakubadde abavumi, newakubadde abanyazi, tebalisikira bwakabaka bwa Katonda," ne mu 1 Bakkolinso 3:16-17, "Temumanyi nga muli yeekaalu ya Katonda, era nga Omwoyo gwa Katonda abeera mu mmwe? Omuntu yenna bw'azikirizanga yeekaalu ya Katonda, Katonda alimuzikiriza oyo, kubanga yeekaalu ya Katonda ntukuvu, ye mmwe."

Nga bwe ky'ogeddwa mu byawandiikibwa ebyo waggulu, olina okukitegeera nti abatali batuukirivu abateeka obubi n'ebibi mu nkola tebasobola kusikira bwakabaka bwa Katonda – abo abateeka mu nkola ebikolwa eby'omubiri tebasobola kulokolebwa. Kale mutamiirukuke muleme okugwa mu kukemebwa okw'ababulizi abagamba nti tusobola okulokolebwa kasita tuba tujjanga mu kanisa. Mu linnya lya Mukama nkwegayirira nti oleme okugwa mu kukemebwa okwo nga weekenneenya n'obwegendereza ekigambo kya Katonda.

2) Omwoyo N'okwegomba Kw'omwoyo

Omuntu abeera n'omwoyo, emmeeme n'omubiri; omubiri gwaffe gufa. Omubiri gwe gutereka omwoyo gwaffe n'emmeeme. Omwoyo ne mmeeme tebifa era nga bye bifuga omutima gwaffe era bye bituwa obulamu.

Omwoyo gwawulwamu emirundi ebiri: Omwoyo oguva eri Katonda n'omwoyo ogutava eri Katonda. Yensonga lwaki 1 Yokaana 4:1 wagamba nti, "Abaagalwa, temukkirizanga buli mwoyo, naye mukemenga emyoyo, oba nga gyava eri Katonda:kubanga bannabbi ab'obulimba bangi abafuluma mu nsi."

Omwoyo wa Katonda atuyamba okwatula nti Yesu Kristo azze mu mubiri, era n'atuleetera okumanya obulungi ebintu ebyatuweebwa obuweebwa Katonda (1 Yokaana 4:2; 1 Abakkolinso 2:12).

Yesu yagamba mu Yokaana 3:6, "Ekizaalibwa omubiri kiba mubiri; n'ekizaalibwa Omwoyo kibeera Mwoyo." Bwe tukkiriza Yesu Kristo era ne tufuna Omwoyo Omutukuvu, Omwoyo Omutukuvu ajja mu mitima gyaffe, n'atuwa amaanyi okusobla okutegeera ekigambo kya Katonda, n'okutuyamba okutambulira mu mazima, era n'atusobozesa okufuuka abantu ab'omwoyo. Omwoyo Omutukuvu bw'ajja mu mutima gwaffe, Afuula omwoyo gwaffe ogubadde omufu okuddamu okuba omulamu, n'ekigambibwa nti ozaaliddwa omulundi ogw'okubiri olw'omyoyo era n'otukuzibwa okuyita mu kukomola kw'omutima.

Mukama waffe Yesu yagamba mu Yokaana 4:24, "Katonda gwe Mwoyo, n'abo abamusinza kibagwanira okusinzanga mu mwoyo n'amazima." Omwoyo gusangibwa mu mutendera ogw'okuna ogw'ensi, era Katonda oyo nga Mwoyo takoma kulaba mutima gwa buli ssekinnomu ku ffe wabula amanyi na buli kimu ekitukwatako.

Mu Yokaana 6:63, wagamba nti "Omwoyo gwe guleeta obulamu; omubiri teguliiko kye gugasa; ebigambo bye mbagamba gwe mwoyo, bwe bulamu," Yesu atunyonnyola nti Omwoyo Omutukuvu yatuwa obulamu nti era ekigambo kya Katonda gwe mwoyo.

Ne mu Yokaana 14:16-17 wagamba, "Nange ndisaba Kitange, naye alibawa Omubeezi omulala, abeerenga nammwe emirembe n'emirembe; Omwoyo ow'amazima, ensi gw'eteyinza kukkiriza; kubanga temulaba, so temutegeera; mmwe mumutegeera, kubanga abeera gye muli, era anaabanga mu mmwe." Bwe tufuna Omwoyo Omutukuvu era ne tufuuka abaana ba Katonda, Omwoyo Omutukuvu atulung'amya eri amazima.

Omwoyo Omutukuvu atuula mu ffe bwe tumala okukkiriza Mukama, era n'azaala omwoyo mu ffe. Atulung'amya eri amazima era n'atuyamba okuzuula agatali mazima gonna mu ffe, era ne twenenya n'okubivaamu. Bwe tutatambulira mu mazima, Omwoyo Omutukuvu asinda mu ffe, ne tubeera nga tuwulira bubi, era n'atukubiriza okutegeera ebibi byaffe n'okutuukiriza obutuukirivu.

Okwongereza kw'ekyo, Omwoyo Omutukuvu era aytibwa Omwoyo wa Katonda (1 Abakkolinso 12:3) ne Omwoyo wa Mukama (Ebikolwa 5:9; 8:39). Omwoyo wa Katonda ge mazima ag'olubeerera ye Omwoyo awa obulamu era nga yatutwala eri Obulamu obutaggwaawo.

Ku ludda olulala, Omwoyo atava eri Katonda wabula omulabe eri Omwoyo wa Katonda tayatula nti Yesu yajja ku nsi mu mubiri, era ayitibwa 'omwoyo gw'ensi' (1 Bakkolinso 2:12), 'omwoyo ogw'omulabe wa Kristo' (1 Yokaana 4:3), 'Omwoyo ow'obulimba' (1 Timoseewo 4:1), era 'emizimu emibi' (Okubikkulirwa 16:13). Emyoyo gino gyonna giva eri omulyolyomi Setaani. Tegiva eri Omwoyo ow'amazima. Emyoyo gino egy'agatali mazima tegiwa bulamu wabula gitwala abantu mu kuzikirira.

Omwoyo Omutukuvu ategeeza Omwoyo wa Katonda atuukiridde, kale bwe tukkiriza Yesu Kristo era ne tufuuka abaana ba Katonda, tufuna Omwoyo Omutukuvu, era Omwoyo Omutukuvu n'azaala omwoyo n'obutuukirivu mu ffe, era n'atunyweza okusobola okuzaala ebibala eby'Omwoyo Omutukuvu, obutuukirivu n'omusana. Nga tufaanana Katonda okuyita mu mirimu gy'omwoyo Omutukuvu gino, ajja kutukulembera, tuyitibwe abaana ba Katonda, era tuyite Katonda "Aba! Kitaffe!" kubanga tufuna omwoyo ng'abaana ba Katonda (Abaruumi 8:12-15).

N'olwekyo, bwe tubeera nga tukulemberwa Omwoyo Omutukuvu, tuzaala ebibala omwenda eby'Omwyo Omutukuvu nga kwe kwagala, okusanyuka, emirembe, okugumiikiriza, ekisa, obulungi, okukkiriza, obuwombeefu, n'okwegendereza (Abaggalatiya 5:22-23). Era tubala n'ekibala eky'obutuukirivu, Nekibala eky'omusana nga mu kyo mwe muli obulungi bwonna obutuukirivu n'amazima, nga mu byo tusobola okutuuka ku bulokozi obutuukiridde (Abaebbulaniya 5:9).

Ebirowoozo Eby'omubiri Bivaamu Okufa, Wabula Ebirowoozo Eby'omwoyo bivaamu Obulamu n'emirembe

Bw'ogoberera omubiri, omutima gwo oguteeka ku bintu eby'omubiri. Ojja kutambulira mu mubiri, era oy'onoone. Ate okusinziira ku kigambo kya Katonda kigamba nti "Empeera y'ekibi kwe kufa," Obeera tolina kirala ky'oliko, wabula okugenda mu kufa. Yensonga lwaki Mukama atubuuza nti, "Kigasa kitya, baganda bange, omuntu bw'ayogera ng'alina okukkiriza, naye n'ataba na bikolwa? Okukkiriza okwo kuyinza okumulokola? Era n'okukkiriza bwe kutyo, bwe kutabaako bikolwa, kwokka nga kufudde" (Yakobo 2:14, 17).

Omutima gwo bw'oguteeka ku by'omubiri, tekikuviiramu kw'onoona bwotyo n'Obonaabona n'emitawaana gy'ensi kyokka, wabula tojja na kusobola kusikira bwakabaka obw'omu ggulu. Kale kino olina okukijjukiranga era ofiisenga ebikolwa by'omubiri osobole okufuna obulamu obutaggwaawo (Abaruumi 8:13).

Okwawukana kw'ekyo, bw'ogoberera Omwoyo, otandika okuteeka omutima gwo ku bintu Eby'omwoyo era n'ogezaako nga bw'osobola okutambulira mu mazima. Olwo nno Omwoyo Omutukuvu ajja kukuyamba okulwanyisa omulyolyomi Setaani, okweggyako agatali mazima, n'okutambulira mu mazima, olwo nno otukuzibwe.

Katugambe omuntu akukuba oluyi ku ttama awatali nsonga yonna. Osobola okuwulira obusungu, naye osobola okweggyako ebirowoozo eby'omubiri n'ogoberera ebyo eby'omwoyo nga ojjukira okukomererwa kwa Yesu. Kubanga ekigambo kya Katonda kitugamba okukyusa n'ettama eddala singa babeera batukubye ku ttama erimu. N'okusanyukira mu mbeera yonna, osobola okusonyiwa, n'okugumiikiriza, era n'oweereza abalala. Era ekivaamu, tolina kuwulira bubi. Mu ngeri eno osobola okufuna eddembe mu mutima gwo. Okutuuka nga otukuziddwa, naye osobola okuwulira nga akubye oyagala omuddize era omuvume n'okumuvuma kubanga obubi bukyakulimu. Naye, oluvannyuma lw'okweggyako buli kika kya bubi, omuntu ow'ekika ekyo otandika okumwagala newakubadde omuzuddemu obuzibu.

N'olwekyo, bw'oteeka omutima gwo ku bintu eby'omwoyo, onoonya bintu bya mwoyo era n'otambulira mu kigambo eky'amazima. Era ekivaamu osobola okufuna obulokozi n'obulamu obwa ddala, era obulamu bwo bujja kujjula emirembe n'emikisa.

Ebirowoozo Eby'omubiri bya Bulabe eri Katonda

Ebirowoozo eby'omubiri bikulemesa okusaba eri Katonda, eby'omwoyo byo bibeera bikukubiriza okwogera ne Katonda. Ebirowoozo by'omubiri bireetawo obulabe n'okuyomba, so nga eby'omwoyo bireetawo okwagala n'emirembe. Mu ngeri y'emu, ebirowoozo eby'omubiri bikontana n'amazima, era nga ddala kwe kwagala era bye birowoozo ebiva eri omulabe setaani. Yensonga lwaki bw'ogenda mu maaso n'okugoberera ebirowoozo eby'omubiri, wajja kuteekebwawo ekiwonko wakati wo ne Katonda, era kijja kuziyiza okwagala kwa Katonda kwalina gyoli.

Ebirowoozo eby'omubiri tebireeta mirembe wabula

emitawaana n'okwerariikirira, obulumi n'okukaaba. Mu kigambo kimu, ebirowoozo eby'omubiri tebirina makulu gonna era tebirina kye bigasa. Katonda Kitaffe ye muyinza w'ebintu byonna era amanyi byonna, era ng'omutonzi yafuga eggulu n'ensi n'ebintu byonna ebirimu, omuli n'emyoyo gyaffe saako emibiri. Kiki kyatasobola kutuwa ffe abaana Be abaagalwa? Kitaawo bw'aba nga yakulira amakampuni amanene mangi, toyinza kwerariikirira ku kya sente, era kitaawo bw'aba mukugu mu kujanjaba, omanya nti ojja kubeera mulamu.

Nga Yesu bwe yayogera mu Makko 9:23, "'Oba nga oyinza?' Byonna biyinzika eri akkiriza," ebirowoozo eby'omwoyo bireeta okukkiriza n'emirembe mu ggwe, so nga ebirowoozo eby'omubiri bikulemesa okutuukiriza okwagala n'emirimu gya Katonda nga bikwerariikiriza, okukuwa obulumi n'emitawaana. Yensonga lwaki, ku birowoozo eby'omubiri, Abaruumi 8:7 wagamba, "Kubanga okulowooza kw'omubiri bwe bulabe eri Katonda; kubanga tekufugibwa mateeka ga Katonda, kubanga n'okuyinza tegakuyinza."

Tuli baana ba Katonda abaweereza Katonda era ne tumuyita "Kitaffe." Bw'oba tolina ssanyu wabula n'obeera mu kwerariikirira, owulira obulumi, n'omutima ogutateredde, kiraga nti ogoberera ebirowoozo eby'omubiri ebitambuzibwa omulabe setaani mu kifo ky'ebirowoozo eby'omwoyo ebituweebwa Katonda. Olwo nno olina okukyenenyeza amangu ddala, okiveemu, era onoonye ebirowoozo eby'omwoyo. Kubanga engeri yokka gye tusobola okugondera Katonda singa tubeera n'omutima ogw'omwoyo.

Abo Abatambulira mu Mubiri Tebasobola Kusanyusa Katonda

Abo abateeka omutima gwabwe ku by'omubiri beesanga nga balabe ba Katonda era tebasobola na kugondera mateeka ga Katonda. Bajeemera Katonda era tebasobola kumusanyusa, era ekivaamu ne babonaabona n'emitawaana saako okwerariikirira.

Olw'okuba Ibulayimu, taata w'okukkiriza bulijjo yanoonyanga ebirowoozo eby'omwoyo, yasobola okugondera n'ekiragiro kya Katonda ekyali kimulagira okuwaayo omwana we omu yekka ng'ekiweebwayo ekyokye. So nga ye, Kabaka Sawulo, eyali agoberera ebirowoozo eby'omubiri, yamaliriza agaaniddwa Katonda; Yona yayuuyizibwa omuyaga ogw'amaanyi era n'amiribwa ki lukwata; Abaana ba Isiraeri baabonaabona okumala emyaka 40 mu bulamu bw'omu ddungu obuzibu oluvannyuma lw'okuva e Misiri.

Bw'ogoberera ebirowoozo eby'omwoyo era n'olaga ebikolwa eby'okukkiriza, osobola okuweebwa okuyaayaana kw'omutima gwo, nga bwe kyasuubizibwa mu Zabuli 37:4-6, "Era sanyukiranga MUKAMA; Naye anaakuwanga omutima gwo bye gusaba. Olugendo lwo oluyiringisizenga ku MUKAMA, Era weesigenga Oyo, naye anaakituukirizanga. Era anaayolesanga obutuukirivu bwo ng'omusana, n'omusango gwo ng'ettuntu."

Omuntu yenna akkiririza ddala mu Katonda alina okweggyako obujeemu bwonna obuleetebwa emirimu gy'omulabe setaani, ng'akuuma ebiragiro bya Katonda, era ng'akola ebyo ebisanyusa Katonda. Olwo nno lw'ajja okufuuka omuntu ow'omwoyo ajja okusobola okufuna ekyo kyonna ky'asaba.

Tuyinza Tutya Okugoberera Emirimu Egy'omwoyo?

Yesu, nga ye Mwana wa Katonda, yajja ku nsi kuno era n'afuuka empeke y'eng'ano ey'ab'onoonyi era n'abafiirira. N'assaawo ekkubo eritwala buli oyo yenna amukkiriza okufuuka omwana wa Katonda eri obulokozi, era akungudde ebibala ebitabalika. Yanoonyanga ebirowoozo eby'omwoyo era n'agondera okwagala kwa Katonda; Yazuukiza abafu, yawonya abalwadde abaalina endwadde eza buli kika era n'agaziya obwakabaka bwa Katonda.

Olina kukola ki okugoberera ebigere bya Yesu okusobola okusanyusa Katonda?

Okusooka byonna, olina okutambulira mu buyambi bw'Omwoyo Omutukuvu okuyita mu kusaba.

Bw'otasaba, ojja kubeera wansi w'emirimu gya Setaani era otambulire mu birowoozo eby'omubiri. Kyokka bw'osaba obutalekaayo, osobola okufuna emirimu egy'Omwoyo Omutukuvu mu bulamu bwo, n'otegeera ekituukirivu, n'owakanya ekibi, nga tosala musango, era ng'ogoberera okuyaayaana kw'omwoyo Omutukuvu bwotyo n'oba atuukiridde mu maaso ga Katonda. N'omwana wa Katonda, Yesu, yatuukiriza emirimu kya Katonda okuyita mu kusaba. Nga bwe kuli okwagala kwa Katonda okusaba obutalekaayo, bw'otalekaayo kusaba, osobola okugoberera ebirowoozo eby'omwoyo byokka bwotyo n'osanyusa Katonda.

Eky'okubiri, olina okutuukiriza emirimu egy'omwoyo wadde ng'owulira toyagala. Okukkiriza okutaliiko bikolwa kwe kukkiriza okumanye obumanya. Era kubeera okukkiriza okufudde. Bw'oba omanyi ky'olina okukola, naye n'otakikola, kibeera kibi. Kale, bw'oba oyagala okugoberera okwagala kwa Katonda n'okumusanyusa, olina okulaga ebikolwa eby'okukkiriza.

Eky'okusatu, olina okwenenya osobole okufuna amaanyi okuva waggulu kikusobozese okufuna okukkiriza okugobererwa ebikolwa. Olw'okuba ebirowoozo eby'omubiri bya bulabe eri Katonda, tebimusanyusa era nga bizimba ekisenge eky'ebibi wakati wo ne Katonda, olina okwenenya olwa byo n'okubisuula ebbali. Okwenenye bulijjo kwetaagibwa mu bulamu bw'omukristaayo, naye okusobola okubyegyako, olina okuwaayo omutima gwo era weenenye olw'okubeera nabyo.

Bw'oyonoona ng'okimanyi nti tolina kukikola, omutima gwo guwulira bubi. Bwe weenenya ebibi byo n'okwegayirira nga bw'okaaba, okwerariikirira n'obulumi bikuvaako, oddizibwa buggya, n'okwataganyizibwa ne Katonda, n'okomyawo emirembe gyo, olwo nno n'olyoka ofuna okuyaayaana kw'omutima gwo.

Bw'ogenda mu maaso n'okusaba okubeera nga weggyako buli kika kya bubi, ojja kwenenya ebibi byo mu kuwaayo omutima gwo. Embala yo ey'ekibi ejja kw'okyebwa omuliro ogw'Omwoyo Omutukuvu, era ebisenge by'ebibi bimenyebwe. Olwo nno, ojja kusobola okutambulira mu mirimu gy'omwoyo Omutukuvu era bwotyo osanyuse Katonda.

Bw'owulira omugugu ku mutima gwo ng'omaze okufuna Omwoyo Omutukuvu okuyita mu kukkiriza mu Yesu Kristo, kibaawo lwakuba kati okitegedde nti ofuuse mulabe wa Katonda olw'ebirowoozo byo eby'omubiri. Kale olina okumenyaamenya ebisenge by'ebibi okuyita mu kusaba okw'amaanyi, olwo nno n'ogoberera okuyaayaana kw'Omwoyo Omutukuvu era n'okola emirimu gy'Omwoyo okusinziira ku birowoozo eby'omwoyo. Era ekivaamu, emirembe n'okusanyuka bijja kujja mu mutima gwo, okuddamu eri okusaba kwo kujja kukuweebwa era n'okuyaayaana kw'omutima gwo kutuukirizibwe.

Nga Yesu bwe yayogera mu Makko 9:23, "'Oba ng'oyinza!' Byonna biyinzika eri akkiriza," ka buli omu ku mmwe asuule eri ebirowoozo eby'omubiri ebyo ebikontana ne Katonda era mutambulire mu kukkiriza okusinziira ku mirimu gy'Omwoyo Omutukuvu musobole okusanyusa Katonda, nga mukola emirimu Gye egitaliiko kkomo, era nga mugaziya obwakaba Bwe, mu linnya erya Mukama waffe Yesu Kristo Nsabye!

Essuula 3

Okumenyaamenya Empaka na Buli Kintu Ekigulumivu

2 Abakkolinso 10:3-6

"Kuba ne wakubadde nga tutambulira mu mubiri, tetulwana kugobereranga mubiri, kubanga eby'okulwanyisa eby'entalo zaffe si bya mubiri, naye bya maanyi eri Katonda olw'okumenya ebigo. Nga tumenya empaka na buli kintu ekigulumivu ekikulumbazibwa okulwana n'okutegeera kwa Katonda, era nga tujeemula buli kirowoozo okuwulira Kristo, era nga tweteeseteese okulwana eggwanga ku butagonda bwonna, okugonda kwammwe bwe kulituukirira."

Era, okukkiriza kusobola okwawulwamu emirundi ebiri: Okukkiriza okw'omwoyo n'okukkiriza okw'omubiri. Okukkiriza okw'omubiri nakwo kusobola okuyitibwa Okukkiriza okumanye. Bw'osooka okuwulira ekigambo kya Katonda, ofuna okukkiriza okwo ng'ekimu kw'ebyo ebintu by'omanyi ebiyingidde mu bwongo bwo. Okwo kwe kukkiriza okw'omubiri. Naye gy'okoma okutegeera era n'okutambulira mu kigambo, otandika okufuna okukkiriza okw'omwoyo.

Bw'otegeera amakulu ag'omwoyo ag'ekigambo amazima ga Katonda era n'oteekawo omusingi ogw'okukkiriza ng'okitambuliramu, Katonda ajja kusanyuka era akuwe okukkiriza okw'omwoyo. N'olwekyo n'okukkiriza kuno okw'omwoyo okuweebwa okuva waggulu, ofuna okuddibwamu eri okusaba kwo n'eby'okuddamu eri ebizibu byo. Era ojja kuloza ku kusisinkana Katonda Omulamu.

Okuyita mu nsisinkano eno, okubuusabuusa kukuvaako, ebirowoozo n'enjigiriza eby'abantu bikuvaako ne bimenyaamenyebwa, bwotyo n'oyimirira ku lwazi olw'okukkiriza nga ku lwo tonyeenyezebwa kusoomoozebwa kwonna wadde okubonaabona. Bw'ofuuka omuntu ow'amazima afaanana Kristo ku mutima, kitegeeza nti omusingi gwo ogw'okukkiriza gwazimbibwa nga gwa nkalakalira. N'omusingi ogw'ekika kino ogw'okukkiriza osobola okufuna ekintu kyonna ky'osabidde mu kukkiriza okwo.

Nga Mukama waffe Yesu bwe yayogera mu Matayo 8:13 nti, "Nga bw'okikkiriza, kibeere gy'oli," bw'ofuna okukkiriza kw'omwoyo okutuukiridde, kwe kukkiriza okusobola okukufunyisa ekintu kyonna ky'osabidde. Osobola okutambulira mu bulamu obw'okugulumiza Katonda mu buli kintu kyonna ky'okola. Ojja kutambulira mu kwagala n'obukuumi bwa Katonda era ofuuke oyo asanyusa Katonda.

Kati katwekenneenye ebintu ebitonotono ebikwatagana ku kukkiriza okw'omwoyo. Misanvu gya kika ki egitulemesa okufuna okukkiriza okw'omwoyo? Oyinza otya okufuna okukkiriza okw'omwoyo? Mikisa gya kika ki ba taata b'okukkiriza gye baafuna mu Bayibuli? Era tumalirize nga tulaba lwaki abo abateeka omutima gwabwe ku birowoozo eby'omubiri basuulibwa.

Emisanvu mu Kufuna Okukkiriza Okw'omwoyo

Bw'oba n'okukkiriza okw'omwoyo, osobola okuwuliziganya ne Katonda. Osobola okuwulira obulungi eddoboozi ly'Omwoyo Omutukuvu. Osobola okufuna okuddibwamu eri okusaba kwo n'ebizibu byo. Osobola okugulumiza Katonda oba oli mu kulya oba mu kunywa oba mu kintu kyonna ky'okola. Era ojja kutambulira mu buganzi, mu kumanyibwa n'obukakafu bwa Katonda mu bulamu bwo.

Olwo lwaki abantu balemererwa okufuna okukkiriza okw'omwoyo? Kati katutunuulire ensonga ezitulemesa okufuna okukkiriza okw'omwoyo.

1) Ebirowoozo Eby'omubiri

Abaruumi 8:6-7 wagamba, "Kubanga okulowooza kw'omubiri kwe kufa; naye okulowooza kw'omwoyo bwe bulamu n'emirembe, Kubanga okulowooza kw'omubiri bwe bulabe eri Katonda, kubanga tukufugibwa mateeka ga Katonda, kubanga n'okuyinza tegakuyinza."

Omutima gusobola okwawulwamu ebitundu bibiri; ekitundu ekimu ekirina ekikula ky'omubiri n'ekirala eky'ekikula ky'omwoyo. Omutima ogw'omubiri kitegeeza ebirowoozo byonna ebiterekebwa mu mubiri, era nga kirina buli kika ky'agatali mazima. Ebirowoozo eby'omubiri bibeera bibi kubanga tebikwatagana na kwagala kwa Katonda. Bizaala kufa nga bwe kyogera mu Baruumi 6:23, "Kubanga empeera y'ekibi kwe kufa." Okwawukana kw'ekyo, omutima ogw'omwoyo kitegeeza ebirowoozo eby'amazima, era nga bikwatagana n'okwagala kwa Katonda – obutuukirivu n'obulungi. Ebirowoozo eby'omwoyo bizaala obulamu era bireeta emirembe.

Eky'okulabirako, katugambe osisinkanye ekizibu oba okusoomoozebwa okutasobola kukolebwako n'amaanyi ga muntu n'obusobozi. Ebirowoozo eby'omubiri bikuleetera okwerariikirira n'obulumi. Naye ebirowoozo eby'omwoyo bikuleetera okwegobako okwerariikirira kwonna, n'oba nga weebaza bwebaza era n'osanyuka okuyita mu kigambo kya Katonda ekigamba nti, "Musanyukenga ennaku zonna; musabenga obutayosa; mwebazenga mu kigambo kyonna kyonna; kubanga ekyo kyabaagaliza mu Kristo Yesu gye muli" (1 Abasessaloniika 5:16-18).

N'olwekyo, ebirowoozo eby'omwoyo bikontanira ddala n'ebirowoozo eby'omubiri, n'ebirowoozo eby'omubiri tosobola kugondera mateeka ga Katonda. Yensonga lwaki ebirowoozo eby'omubiri bwe bulabe eri Katonda era bitulemesa okufuna okukkiriza okw'omwoyo.

2) Ebikolwa/Emirimu Gy'omubiri

Ebikolwa/emirimu gy'omubiri kitegeeza ebibi byonna n'obubi ebiragibwa mu bikolwa, nga bwe binyonnyolwa mu Baggalatiya 5:19-21, Naye ebikolwa eby'omubiri bya lwatu, bye bino: obwenzi, empitambi, obukaba, okusinza ebifaananyi, okuloga, obulabe, okuyomba, obuggya, obusungu, empaka, okweyawula, okwesalamu, ettima, obutamiivu, ebinyumu, n'ebiri ng'ebyo, nsooka okubabuulira ku ebyo, nga bye nnasooka okubabuulira, nti bali abakola ebiri ng'ebyo tebalisikira bwakabaka bwa Katonda."

Bw'otosuula eri bikolwa bya mubiri, tosobola kufuna kukkiriza kwa mwoyo wadde okusikira obwakabaka bwa Katonda. Yensonga lwaki emirimu gy'omubiri gitulemesa okufuna okukkiriza okw'omwoyo.

3) Enjigiriza Eza buli Kika

Enkuluze ey'ekika kya The Webster's Revised Unabridged Dictionary ennyonnyola "Enjigiriza" mu lungereza nga "okusomesebwa, oba enkola y'ebintu, erina obukakafu obumalawo okubuusabuusa kwonna, okubaddewo" oba "Okunnyonyola mu bujjuvu amateeka agafuga ekintu kyonna ekya saayansi." Enjigiriza ey'ekika kino y'eyo ewagira ekintu okuba nti kirina kutondebwa nga kirina mwe kigibwa, naye tetuyambirako ddala mu kufuna okukkiriza okw'omwoyo. Era etulemesa okufuna okukkiriza okw'omwoyo.

Katulowooze ku njigiriza ez'emirundi ebiri ey'ebintu okuba nti byatondebwa ne ey'ebintu okuba nga bigenda biva mu birala era nga bigenda bikyukakyuka okuva kw'ekyo kye bivaamu. Abantu abasinga basoma mu ssomero nti omuntu agenze akyuka okuva mu bintu ng'enkima oba ebisodde. Bayibuli ekontanira ddala n'enjigiriza eyo, kubanga yo egamba nti Katonda ye yatonda omuntu. Bw'oba nga okkiririza mu Katonda ayinza byonna, olina okulondawo era n'ogoberera eky'okuba ti Katonda ye yatonda ebintu byonna, wadde nga wasomesebwa enjigiriza y'ebintu okuba nga biva mu birala mu ssomero.

Okujjako ng'oviiridde ddala ku njigiriza nti ebintu biva mu birala eyakusomesebwa mu ssomero n'otwala eyo egamba nti buli kimu Katonda ye ya kitonda, lw'osobola okufuna okukkiriza okw'omwoyo. Kwe kugamba, enjigiriza zonna zikulemesa okufuna okukkiriza okw'omwoyo kubanga tekisoboka ggwe okukkiriza nti waliwo ekintu ekyatondebwa nga tewali kye kigibwamu n'enjigiriza eyo ey'ebintu okuba nti biva mu birala. Eky'okulabirako, wadde nga saayansi akulaakulanye nnyo abantu tebasobola kukola nsigo ya bulamu, enkwaso y'omusajja oba eggi ly'omukazi omuva abaana. Olwo bayinza batya okulowooza nti ekintu kisobola okutondebwa awatali mwe kiva okujjako nga kirimu okukkiriza okw'omwoyo?

N'olwekyo, tulina okugaana enjigiriza ez'ekika ekyo, nga tumenya empaka na buli kintu ekigulumivu ekikulumbazibwa okulwana n'okutegeera kwa Katonda, era nga tujeemula buli kirowoozo okuwulira Kristo.

Sawulo Agoberera Ebirowoozo Eby'omubiri era N'ajeema

Sawulo ye yali kabaka eyasooka ow'obwakabaka bwa Isiraeri, naye teyatambulira mu kwagala kwa Katonda. Yaweebwa entebe kubanga abantu baali basabye okufuna kabaka. Katonda n'amulagira okukuba Amaleki era azikirize buli kintu kyonna kye yalina n'okuta buli muntu, mukazi oba musajja, omuwere oba ayonka, ndiga oba nte, endogoyi ne eng'amira obutalekawo kintu kyonna. Kabaka Sawulo n'awangula Abamaleki n'abakuba bubi nnyo. Naye teyagondera kiragiro kya Katonda, wabula n'asonyiwa ente n'endiga ebinyirivu.

Sawulo yakikola olw'ebirowoozo bye eby'omubiri, n'asonyiwa Agagi n'endiga ezaasinga obulungi, n'ente, n'ebyessavu n'abaana b'endiga n'ebirungi byonna mbu ng'azitereka okuzisaaddaakira Katonda. Teyali mwetegefu kuzikiriza bintu byonna. Olw'ekikolwa kino eky'obujeemu n'okwemanya mu maaso ga Katonda. Katonda yamunenya olw'obujeemu bwe okuyita mu nnabbi Samwiri asobole okwenenya n'okukyuka. Naye, Kabaka Sawulo ne yeewolereza ng'agamba talina kikyamu kye yakoze nti era mutuukirivu (1 Samwiri 15:2-21).

Ennaku zino eriyo abakkiriza bangi abeeyisa nga Sawulo. Tebalaba nti bali mu kujeemera Katonda wadde kyeraga lwatu, ne bwe bagambwako tebakkiriza. Ate badda mu kwewolereza era ne basigala nga bakola ng'ebirowoozo byabwe eby'omubiri bwe bibagamba. Era gye biggwera batwalibwa nti bantu abajeemu abo abagoberera omubiri nga Sawulo bwe yali. Olw'okuba abantu 100 ab'enjawulo buli omu abeera n'ekirowoozo kikye, buli omu ku bo bw'akola okusinziira ku birowoozo bye, tebasobola kufuuka omu. Era buli omu bw'anaakola ekikye okusinziira ku birowoozo bye bajja kufuka bajeemu. Naye bwe bakola nga amazima ga Katonda bwe gali, bajja kusobola okugonda era bafuuke bumu.

Katonda yasindika Nnabbi Samwiri eri Sawulo. Sawulo yali tagondedde kigambo Kye era Nnabbi n'agamba Sawulo nti, "Kubanga okujeema kuling'anga ekibi eky'obufumu, n'obukakanyavu buling'anga okusinza ebifaananyi ne baterafi. Kubanga ogaanyi ekigambo kya MUKAMA, naye akugaanyi okuba kabaka" (1 Samwiri 15:23).

Mu ngeri y'emu, omuntu bwe yeesigama ku birowoozo eby'obuntu era n'atagoberera kwagala kwa Katonda, kubeera kujeemera Katonda, era bw'atalaba bujeemu buno oba okukyuka okubuvaamu, tewaba kya kukola wabula okulekebwawo nga Katonda bwe yalekawo Sawulo.

Mu 1 Samwiri 15:22, Samwiri yanenya Sawulo ng'agamba, "MUKAMA asanyukira ebiweebwayo ebyokebwa ne ssadaaka okwenkana nga bwasanyukira okugondera eddoboozi lya MUKAMA? Laba, okugonda kusinga ssaddaaka obulungi, n'okuwulira kusinga amasavu g'endiga ennume." Wadde ekirowoozo kyo olaba ng'ekituufu, bwe kiba nga kikontana n'ekigambo kya Katonda, olina okwenenya era okyuke okukireka amangu ddala. Era, olina okufuula ebirowoozo byo okugondera Katonda.

Ba Taata B'okukkiriza Abaagondera Ekigambo kya Katonda

Dawudi ye yali kabaka ow'okubiri owa Isiraeri. Teyagoberera birowoozo bye ye okuviira ddala nga muto, wabula yatambulira mu kukkiriza kwokka mu Katonda. Teyatyanga mpologoma wadde eddubu bwe yalinga alunda endiga za kitaawe, era ng'olumu yalwanagananga n'abyo era n'abiwangula olw'okukkiriza okusobola okukuuma ekisibo kya kitaawe. Oluvannyuma na kukkiriza kwokka, yawangula Goliyaasi, omuzira w'Abafirisuuti.

Tewaliwo lunaku na lumu Dawudi lwe yajeemera ekigambo kya Katonda ne bwe yali amaze okutuula ku ntebe. Era nga bwe wabaawo nnabbi kye yamunenyeza, nga teyeewolereza, wabula nga yeenenyezaawo n'akyuka okubivaako, era ku nkomerero yatukuzibwa nnyo. Na bwe kityo, waaliwo enjawulo nnene wakati wa Sawulo, omusajja ow'ebirowoozo eby'omubiri, ne Dawudi, omusajja ow'omwoyo (1 Samwiri 12:13).

Bwe yali alunda ekisibo okumala emyaka 40, Musa yamenyaamenya buli kika kya kirowoozo n'enjigiriza era n'afuuka omugonvu mu maaso ga Katonda okutuusa lwe yayitibwa Katonda okukulembera abaana ba Isiraeri okubaggya mu buddu e Misiri.

Ng'akozesa ebirowoozo bye eby'obuntu, Ibulayimu yayita mukyala we nti yali, "mwannyina." Kyokka bwe yafuuka omuntu ow'omwoyo okuyita mu bisoomozebwa, yasobola okugonda n'atuuka n'okugondera ekiragiro kya Katonda eky'okuwaayo omwana we omu yekka Yisaaka ng'ekiweebwayo eky'okebwa. Singa yali yeesigamyeko katono bwe kati ku birowoozo eby'obuntu teyandigondedde kiragiro ekyo. Yisaaka ye yali omwana we omu yekka gwe yalina kyokka ng'amufunidde mu mayaka gye egy'obukadde, era nga ye yali alina okubeera ensigo ey'ekisuubizo kya Katonda. Kale n'ebirowoozo eby'obuntu, osanga yandigambye nti si kituufu era tekisoboka kumusalasala obunnyama ng'ensolo n'amuwaayo ng'ekiweebwayo eky'okebwa. Kyokka Ibulayimu teyeemulugunya wabula yakkiriza nti Katonda yali ajja kusobola okumuzuukiza okuva mu bafu, era bwatyo n'agonda (Abaebbulaniya 11:19).

Naamani, omukulu w'eggye lya kabaka w'ebusuuli, yali muntu ow'awa ggulu era aweebwa ennyo ekitiibwa era yali muganzi eri kabaka, naye yalina ebigenge, era n'ajja eri Nnabbi Erisa okumuwonya. Wadde yaleeta ebirabo bingi okusobola okufuna omulimu gwa Katonda, Erisa teyamuganya kuyingira, wabula n'amusindikira omuddu we okumugamba nti, "Genda onaabe mu Yoludaani emirundi musanvu, kale omubiri gwo gulidda gy'oli, naawe oliba mulongofu" (2 Bassekabaka 5:10). N'ebirowoozo eby'omubiri, Naamani yalaba ng'ayisiddwamu amaaso era n'annyiiga nnyo.

Naye yamenyaamenya ebirowoozo bye eby'omubiri era n'agondera ekiragiro nga abaddu be bwe baamuwa amagezi. N'eyennyika mu mugga Yoludaani emirundi musanvu, era omubiri gwe ne guddawo era n'awona ebigenge.

Amazzi kabonero akalaga ekigambo kya Katonda, ate emirundi '7' kitegeeza okutuukirira, kale 'okwennyika mu mugga Yoludaani emirundi musanvu' kitegeeza "okutuukirira n'ekigambo kya Katonda." Bw'otukuzibwa, osobola okufuna eky'okuddamu eri ekizibu kyonna. N'olwekyo, Naamani bwe yagondera ekigambo kya Katonda ekyamuweebwa ng'obunnabbi nnabbi Elisa, emirimu gya Katonda egy'ewuunyisa gy'amutuukako (2 Bassekabaka 5:1-14).

Bwe Weggyako Ebirowoozo Eby'obuntu N'enjigiriza Osobola Okugonda

Yakobo yali mukalabakalaba era ng'alina buli kika kya kirowoozo, kale yagezaako okutuukiriza buli kye yayagalanga na buli kakoddyo. Era ekyavaamu, yabonaabona n'ebizibu bingi okumala emyaka 20. Era yatuuka n'agwa mu buzibu obw'amaanyi bwe yali atuuse ku mugga Yaboki. Nga tasobola kuddayo ewa kojja we olw'endagaano gye yali akoze naye, kyokka nga tasobola kweyongerayo olwa muganda we omukulu, Esawu, yali amulindidde ku ludda luli olw'omugga okumutta. Mu kusoberwa kuno okwemanya kwe kwonna n'ebirowoozo bye eby'omubiri bya menyebwamenyebwa. Katonda n'akwata ku mutima gwa Esawu era n'adding'ana ne muganda we. Mu ngeri eno Katonda yaggulira Yakobo ekkubo ery'obulamu, Yakobo asobola okutuukiriza ekigenderererwa kya Katonda (Olubereberye 33:1-4).

Katonda ayogera mu Baruumi 8:5-7, "Kubanga abagoberera omubiri, balowooza bya mubiri: naye abagoberera omwoyo bya mwoyo. Kubanga okulowooza kw'omubiri kwe kufa, naye okulowooza kw'omwoyo bwe bulamu n'emirembe. Kubanga okulowooza kw'omubiri bwe bulabe eri Katonda, kubanga tekufugibwa mateeka ga Katonda, kubanga n'okuyinza tegakuyinza." Yensonga lwaki tulina okumeyaamenya ekirowoozo kyonna, enjigiriza yonna, ebiyimusibwa okuwakanya ebyo ebya Katonda. Era tulina okujeemula buli kirowoozo okuwulira Kristo, tusobole okuweebwa okukkiriza okw'omwoyo era tulage ebikolwa eby'obugonvu.

Yesu yawa etteeka eppya mu Matayo 5:39-42 erigamba nti, "Naye nange mbagamba nti, Temuziyizanga mubi; naye omuntu bw'akukubanga oluba olwa ddyo, omukyukizanga n'olwa kkono. Omuntu bw'ayagalanga okuwoza naawe okutwala ekkanzu yo, omulekeranga n'ekizibawo kyo. Omuntu bw'akuwalirizanga okutambula naye mairo emu, tambulanga naye n'ey'okubiri. Akusabanga omuwanga, omuntu bw'ayagalanga okumuwola, tomukubanga mabega" N'ebirowoozo eby'obuntu tosobola kugondera kiragiro kino kubanga kikontana n'ekigambo eky'amazima. Naye bwe tumenyaamenya eby'obuntu era eby'omubiri, tusobola okukigondera mu ssanyu, era Katonda ajja kusobozesa buli kintu okukola ku lw'obulungi ku lulwo okuyita mu buwulize bwo.

Ne bw'oyatula emirundi emeka okukkiriza kwo n'akamwa ko, naye nga tozikiriza ebirowoozo byo n'enjigiriza z'omanyi, tosobola kugonda wadde okwerabira ku mirimu gya Katonda oba okulung'amizibwa eri okukulakulana n'okuba obulungi.
Kale mbakubiriza okujjukiranga ekigambo kya Katonda ekyawandiikibwa mu Isaaya 55:8-9, ekigamba nti, "'Kubanga ebirowoozo Byange si birowoozo byammwe, so n'amakubo

gammwe si makubo Gange,' bwayogera MUKAMA. 'Kubanga eggulu nga bwe lisinga ensi obugulumivu, amakubo Gange bwe gasinga bwe gatyo amakubo gammwe, n'ebirowoozo Byange ebirowoozo byammwe.'"

Olina okwewala okuba n'ebirowoozo eby'obuntu byonna n'enjigiriza ez'abantu era ofune okukkiriza okw'omwoyo nga omukulu w'eggye eyasiimibwa Yesu olw'okwesigama kwe eri Katonda mu bujjuvu. Omukulu w'eggye bwe yajja eri Yesu n'amusaba okuwonya omuddu we eyali akoozimbye, yayatula mu kukkiriza nti omuddu ajja kuwona singa Yesu ayogera bw'ogezi kigambo. Yafuna okuddibwamu nga bwe yakkiriza. Mu ngeri y'emu, bw'oba n'okukkiriza kuno okw'omwoyo, osobola okufuna okuddibwamu eri okusaba kwo kwonna n'ebizibu byonna olyoke ogulumize Katonda mu bujjuvu.

Ekigambo eky'amazima ga Katonda kifuula omwoyo ow'omuntu n'ekimusobozesa okufuna okukkiriza okuwerekerwako ebikolwa. Osobola okufuna okuddibwamu kwa Katonda n'okukkiriza kuno okulamu era okw'omwoyo. Ka buli omu ku mmwe amenyeemenye ebirowoozo eby'omubiri byonna n'enjigiriza ez'abantu musobole okufuna okukkiriza okw'omwoyo musobole okufuna ekintu kyonna kye musabidde mu kukkiriza kuno era mugulumize Katonda.

Essuula 4

Siga Ensigo Ey'okukkiriza

Baggalatiya 6:6-10

"Naye ayigirizibwanga ekigambo assenga ekimu n'oyo ayigiriza mu birungi byonna. Temulimbibwanga; Katonda tasekererwa, kubanga omuntu kyonna ky'asiga era ky'alikungula. Kubanga asigira omubiri gwe ye, alikungula mu mubiri okuvunda, naye asigira Omwoyo, alikungula mu Mwoyo obulamu obutaggwaawo. Tuleme okuddiriranga mu kukola obulungi; kubanga ebiro bwe birituuka, tulikungula, nga tetuzirise. Kale bwe tunaalabanga ebbanga, tubakolenga obulungi bonna, naye okusinga abo abali mu nnyumba ey'okukkiriza."

Yesu yatusuubiza mu Makko 9:23, "'Oba ng'oyinza?' Byonna biyinzika eri akkiriza." Omukulu w'eggye bwe yajja Gyali n'alaga okukkiriza okungi, Yesu n'amugamba, "Nga bw'okkirizza, kibeere gy'oli bwe kityo" (Matayo 8:13), era omuddu we n'awonerawo essaawa eyo.

Kuno kwe kukkiriza okw'omwoyo okutuganya okukkiririza mw'ekyo ekitalabibwa. Era nga kwe kukkiriza okugobererwa ebikolwa okutusobozesa okulaga okukkiriza kwaffe n'ebikolwa. Kwe kukkiriza okutukkirizisa nti ekintu kisobola okukolebwa nga tewali mwe kigiddwa. Yensonga lwaki okukkiriza kwogerwako bwe kuti mu Abaebbulaniya 11:1-3: "Okukkiriza kye kinyweza ebisuubirwa, kye kitegeereza ddala ebigambo ebitalabika. Kubanga abakadde baategeerezebwa mu okwo. Olw'okukkiriza tutegeera ng'ebintu byonna byakolebwa kigambo kya Katonda, era ekirabika kye kyava kirema okukolebwa okuva mu birabika."

Bw'oba n'okukkiriza okw'omwoyo, Katonda ajja kusanyukira okukkiriza kwo era akuganye okufuna buli kyonna ky'osaba. Olwo tulina kukola ki okusobola okufuna okukkiriza okw'omwoyo?

Nga omulimi bw'asiga ensigo mu biseera eby'ebbugumu nga bitandika ate n'akungula ebibala by'azo ng'obutiti bunaatera okutandika, tulina okusiga ensigo ez'okukkiriza okusobola okufuna ekibala eky'okukkiriza okw'omwoyo.

Kati katutunuulire engeri gye tulina okusiga ensigo ez'okukkiriza okuyita mu ngero z'okusiga ensigo, n'okukungula ebibala by'azo okuva mu nnimiro. Yesu yayogera eri ebibiina mu ngero, era teyayogera n'abo nga tayise mu ngero (Matayo 13:34). Kyali bwe kityo lwakuba Omwoyo wa Katonda naffe, ababeera mu nsi eno erabibwa n'amaaso ng'abantu, tetusobola kutegeera ensi ya Katonda ey'omwoyo. Okujjako nga tusomeseddwa ensi ey'omwoyo n'engero ez'ensi eno gye tulimu erabibwa n'amaaso ag'okungulu, lwe tusobola okutegeera okwagala kwa Katonda kwe nnyini. Yensonga lwaki ngenda ku kunyonnyola engeri y'okusigamu ensigo ez'okukkiriza n'engeri y'okufuna okukkiriza okw'omwoyo n'engero ezimu ez'ogera ku kulima mu nnimiro.

Okusiga Ensigo Y'okukkiriza

1) **Okusookera ddala**, olina okusambula ekisambu.

Okusooka ebirala byonna, omulimi yeetaaga ennimiro mwanaasiga ensigo. Era okusobola okufuula ennimiro esaanidde okugisigamu ensigo, omulimi mu nnimiro yeetaaga okussaamu ebigimusa, okukabalamu obulungi, okugyamu amayinja, n'okuseeteezaawo obulungi saako okutereeza ennimiro obulungi. Olwo lwokka, ensigo ezisigiddwa mu nnimiro lw'ezijja okukula obulungi era zisobole okussaako ebibala ebingi era ebirungi.

Mu Bayibuli Yesu atwanjulira ebika by'ennimiro ebina. Ennimiro kitegeeza omutima gw'omuntu. Ekika ekisooka y'ennimiro eri mu kkubo ly'abayise nga ensigo ezisigiddwamu tezisobola kumera kubanga ettaka ly'aguba olw'abantu okulirinnyirira nga bayita; ennimiro ey'ekika eky'okubiri y'ennimiro ey'enjazi nga muno ensigo ezisigibwamu kizibu okumera oba bw'ezimera tezikula bulungi olw'amayinja agaziremesa; ennimiro ey'okusatu y'eri mu maggwa nga ensigo ezisigibwamu zimera naye tezikula bulungi kubanga amaggwa gaziremesa; so nga ennimiro ey'okuna y'ennimiro ennungi nga mu yo ensigo zimera bulungi, era n'ezimulisa, n'ezisaako ebibala bingi ddala.

Mu ngeri y'emu, ennimiro y'emitima gy'abantu n'ayo eyawulwamu ebika bina; ekika ekisooka gwe mutima-ennimiro eri mu kkubo nga tebasobola kutegeera ekigambo kya Katonda; eky'okubiri omutima-ennimiro ey'enjazi nga bannyini gwo bafuna ekigambo kya Katonda naye ne bagwa bwe wajja okusoomoozebwa n'okuyigganyizibwa; omutima-ennimiro ey'okusatu y'eyo ey'amaggwa nga mu ggwo okwerariikirira kw'ensi n'obulimba bw'eby'obugagga bimutuga n'ebiremesa ekigambo kya Katonda nga wadde akiwulira naye tabala bibala; ekika ekisembayo era nga kye ky'okuna gwe mutima_ennimiro ennungi nga bannyiniyo bategeera ekigambo kya Katonda era ne babala ebibala. Wabula si songa olina kika kya mutima-nimiro ki, bw'oteekateeka era n'onyiriza omutima-ennimiro ng'omulimi bw'atuyaana mu nnimiro ye, omutima-ennimiro yo esobola okukyuka n'efuuka ennungi. Bw'eba yaguba, olina okugikabala n'ogigonza; bw'ebamu enjazi, olina okugyamu amayinja ago; bw'eba y'amaggwa, olina okugyamu amagwa ago osobole okulifuula ettaka eddungi ng'enimiro ogiteekamu ebigimusa.'

Omulimi bw'aba munafu, tasobola kutereeza nnimiro efuuke ennungi, so nga omulimi annyiikira akola kyonna ky'asobola okutereeza ennimiro okugifuula ennimiro ey'ettaka eddungi. Era bw'efuuka ey'ettaka eddungi, ezaala ebibala ebirungi.

Bw'oba olina okukkiriza, ojja kufuba nga bw'osobola okukyusa omutima gwo gufuuke mulungi nga ofuba wamu n'okutuyaana. Era, gwe okusobola okutegeera ekigambo kya Katonda, omutima gwo gufuule mulungi, n'okubala ebibala bingi, olina okulwanyisa ebibi byo n'okubisuula eri okutuuka ku ssa ly'okuyiwa omusaayi. Kale, mukufuba okusuula eri ebibi byo n'obubi okusinziira ku kigambo kya Katonda nga Katonda bwatulagira okweggyako buli kika kya bubi, osobola okugyamu buli jinja mu mutima gwo, n'ogawalamu, ne gufuuka omutima omulungi.

Omulimi afuba n'atuyaana era akola bwatyo kubanga akkiriza nti ajja kukungula amakungula amangi bw'asambula, n'akabala, era n'akyusa ennimiro n'efuna ettaka eddungi. Mu ngeri y'emu, nkwagaliza ggwe okuba ng'okkiriza nti bw'oteekateeka era n'okyusa omutima gwo oba ennimiro okufuuka omulungi, ojja kubeera mu kwagala kwa Katonda, olung'amizibwe eri okuba obulungi n'okukulaakulana era oyingire mu kifo ekisingako eky'eggulu, n'okulwanyisa saako okusuula eri ebibi okutuuka ku ssa ery'okuyiwa omusaayi. Olwo, mu mutima gwo ensigo ey'okukkiriza okw'omwoyo ejja kusigibwa era obale ebibala bingi nga bw'osobola.

2) Ekiddako, Ensigo Zeetaagibwa.

Oluvannyuma lw'okusambula ekisambu, olina okusimba ensigo era n'oziyambako okumera. Omulimi asiga ensigo ez'enjawulo era n'akungula ebibala bingi ebiva mu nsigo ez'enjawulo gamba nga emboga, nakati, ensujju, ebijanjaalo, kawo, n'ebiringa ebyo.

Mu ngeri y'emu, tulina okusiga ensigo ez'enjawulo mu mitima -ennimiro zaffe. Ekigambo kya Katonda kitugamba okusanyukanga bulijjo, okusabanga obutalekaayo, okwebazanga mu buli kimu, okuwa ekimu eky'ekkumi kyonna, okukuumanga olunaku lwa Mukama nga lutukuvu, n'okwagala. Ebigambo bya Katonda bino bwe bisimbibwa mu mutima gwo, bijja kumera, bimulise, biveemu ebibala eby'omwoyo. Ojja kusobola okutambulira mu kigambo kya Katonda era bwotyo ofune okukkiriza okw'omwoyo.

3) Amazzi n'omusana byetaagibwa.

Omulimi okusobola okuba n'amakungula amalungi, okusambula ekisambu n'okuba n'ensigo byokka tekimala. Amazzi n'omusana n'abyo byetaagibwa. Okugyako ng'alina ebyo, ensigo tezijja kumera wadde okukula obulungi.

Amazzi gategeeza ki wano?

Yesu agamba mu Yokaana 4:14, "Buli anywa amazzi ago nze ge ndimuwa ennyonta terimulumira ddala emirembe n'emirembe gyonna; naye amazzi ge ndimuwa ganaafuukanga munda mu ye ensulo y'amazzi nga gakulukuta okutuuka ku bulamu obutaggwaawo." Amazzi mu mwoyo gategeeza "ensulo y'amazzi nga gakulukuta okutuuka ku bulamu obutaggwaawo," era amazzi agataggwaawo gategeeza ekigambo kya Katonda nga bwe kyawandiikibwa mu Yokaana 6:63, "Ebigambo bye mbagambye gwe mwoyo, bwe bulamu." Yensonga lwaki Yesu yagamba mu Yokaana 6:53-55, "Ddala, ddala, Mbagamba nti, bwe mutalya mubiri gwa Mwana wa Muntu ne munywa omusaayi Gwe, temulina bulamu mu mmwe. Alya omubiri gwange era anywa omusaayi gwange alina obulamu obutaggwaawo; nange ndimuzuukiriza ku lunaku olw'enkomerero. Kubanga omubiri gwange kye ky'okulya ddala, n'omusaayi gwange kye ky'okunywa ddala." Na bwe kityo, okugyako ng'onnyiikidde okusoma, okuwuliriza n'okulowooza ku kigambo kya Katonda era n'ofuba okusaba nakyo, lw'osobola okukwata ekkubo ery'obulamu obutaggwaawo era ofune okukkiriza okw'omwoyo.

Ekiddako, omusana kitegeeza ki?

Omusana guyamba ensigo okumera obulungi n'okukula obulungi. Mu ngeri y'emu, ekigambo kya Katonda bwe kiyingira mu mutima gwo, kati awo ekigambo nga kye kitangaala kigoba ekizikiza mu mutima gwo. Gutukuza omutima gwo era ne gufuula omutima nga ye nnimiro okuba ennungi. Kale, gy'okoma okuyingiza omusana ogw'amazima mu mutima gwo, gy'okoma n'okufuna okukkiriza okw'omwoyo.

Okuyita mu lugero olw'okulima, tuyize nti tulina okusambula ennimiro, nga gwe mutima, ne tutegeka ensigo ennungi, ne tuziwa amazzi n'omusana nga ensigo ez'okukkiriza bwe zisimbibwa. Ekiddako, katutunuulire engeri gye tuyinza okusimba ensigo ez'okukkiriza n'engeri y'okuzikuzaamu.

Engeri Y'okusimba N'okukuza Ensigo Ez'okukkiriza

1) Okusooka byonna, olina okusiga ensigo ez'okukkiriza okusinziira ku ngeri za Katonda.

Omulimi asiga ensigo mu ngeri ez'enjawulo okusinziira ku kika ky'ensigo ezisigibwa. Waliwo zaateeka wala mu ttaka, endala n'ezisimbibwa kyenkana kungulu. Mu ngeri y'emu, olina okukyusa engeri gy'osigamu ensigo ez'okukkiriza n'ekigambo kya Katonda. Eky'okulabirako, bw'osiga okusaba, olina okukabirira Mukama n'omutima ogw'amazima obutayosa ng'ofukamidde nga bwe kinyonyola okusinziira ku kigambo kya Katonda. Olwo lwokka lw'ojja okusobola okufuna okuddibwamu kwa Katonda (Lukka 22:39-46).

2) Eky'okubiri, olina okusiga n'okukkiriza.

Nga omulimi bw'annyiikira n'okufuba bw'asiga ensigo, kubanga akkiriza era asuubira nti ajja kusobola okukungula, olina okusiga ensigo ez'okukkiriza – ekigambo kya Katonda – n'essanyu wamu n'essuubi nti Katonda ajja kukuganya okukungula mu bungi, Kale mu 2 Bakkolinso 9:6-7, Atuzzaamu amaanyi ng'agamba, "Naye kye njogedde kino, Asiga entono, alikungula ntono, era asiga ennyingi, alikungula nnyingi. Buli muntu akolenga bw'amaliridde mu mutima gwe, si lwa nnaku newakubadde olw'okuwalirizibwa; kubanga Katonda ayagala oyo agaba n'essanyu."

Ly'etteeka ly'ensi eno era etteeka ery'ensi ey'omwoyo nti tulina okukungula nga bwe tusize. Kale, okukkiriza kwo gye kukoma okukola, n'omutima gwo oba ennimiro ejja kugenda etereera. Gy'okoma okusiga n'okukungula. N'olwekyo, buli nsigo yonna gy'osiga olina okugisiga n'okukkiriza, okwebaza essanyu obeere ng'osobola okukungula ebibala mu bungi.

3) Eky'okusatu, olina okulabirira obulungi ensigo ezimeze.

Ng'omulimi amaze okuteekateeka ennimiro era ng'asize ensigo, alina okufukirira ebimera mu biro by'abyo, abikuume bireme okuliibwe obuwuka ng'abifuuyira, n'okugenda mu maaso n'okubiteekamu ebigimusa, saako okubikoola. Ekitali ekyo bijja kukala era bireme okukula. Ekigambo kya Katonda bwe kisimbibwa, nakyo kirina okukuumibwa omulabe setaani aleme okusembera. Omuntu alina okukiteekateeka n'okusaba okw'amaanyi, okukinyweze n'essanyu saako okwebaza, okusabanga n'okusinza ku kanisa, okussa ekimu n'abakristaayo, okusoma n'okuwulira ekigambo kya Katonda n'okuweereza. Olwo nno ensigo ezisigiddwa n'eziryoka zimera, z'ezimulisa n'okubala ebibala.

Emitendere Egiyitibwamu Ebimera Okusobola okumulisa, ebibala biryoke bizaalibwe

Okujjako ng'omulimi alabiridde bulungi ensigo ze oluvannyuma lw'okuzisiga, obuwuka bujja ku zirya, era ennimiro ejja kuzika, kino kijja kulemesa ensigo okukula n'okubala ebibala.

Omulimi talina kukoowa kukola ku mulimu ggwe wabula alina okukuza ebimera bye n'obugumiikiriza okutuuka ng'afunye amakungula amalungi n'okufuna ebibala ebirungi ate nga bingi. Obudde obutuufu bwe butuuka, ensigo zikula, zimulisa, era ekivaamu ebibala bibala okuyita mu njuki n'ebiwojolo. Ebibala bwe byengera, omulimi asobola okukungula ebibala ebirungi mu ssanyu. Nga ajja kubeera musanyufu nga okulafubana kwe kwonna n'obugumiikiriza bivuddemu ebibala eby'omuwendo nga bikubisizaamu kikumi, nkaaga oba amakumi asatu okusinga ku bye yasiga!

1) Okusooka, ekimuli eky'omwoyo kimulisa.

Kitegeeza ki okuba nti 'Ensigo ez'okukkiriza zikula okutuuka okumulisa mu ngeri ey'omwoyo'? Ebimuli bwe bimulisa, bivaamu akawoowo, era akawoowo ako ke kasikiriza enjuki n'ebiwojjolo. Mu ng'eri y'emu, bwe tuba nga tusize ensigo ez'ekigambo kya Katonda mu mitima-ennimiro zaffe era ne girabirirwa, era gye tukoma okutambulira mu Kigambo kya Katonda tusobola okumulisa ebimuli eby'omwoyo ne tufulumya akawoowo ka Kristo. Okwongereza kw'ekyo era tubeera tusobola okukola ng'omusana era omunnyo gw'ensi abantu bangi ne basobola okulaba emirimu gyaffe emirungi era ne bagulumiza Kitaffe ow'omu ggulu (Matayo 5:16).

Bw'ofulumya akawoowo ka Kristo, omulabe setaani ajja kugobwa mu ggwe era ojja kusobola okugulumiza Katonda maka go, mu bizinensi, ku mulimu gy'okola. Oba oli mu kulya oba kunywa mu buli kyonna ky'okola ng'osobola okugulumiza Katonda. Era ekiva mw'ekyo, ojja kusobola okubala ebibala eby'okubuulira enjiri, otuukirize obwakabaka n'obutuukirivu bwa Katonda, era okyuke okufuuka omuntu ow'omwoyo ng'otereeza omutima gwo giyite ennimiro okugufuula omulungi.

2) Ekiddako, ebibala bissaako era ne byengera.

Oluvannyuma ng'ebimuli bimulisizza, ebibala bitandika okussaako era ebibala bwe byengera, omulimi abikungula. Kino bwe tukigeraageranya n'okukkiriza kwaffe, tuyinza kubala kibala kya kika ki? Tusobola okubala ebibala eby'enjawulo eby'omwoyo Omutukuvu omuli ebibala omwenda eby'Omwoyo Omutukuvu nga bwe byawandiikibwa mu Baggalatiya 5:22-23, ebibala ebigenda n'abo abakola ebibaweesa omukisa aboogerwako mu Matayo 5, n'ekibala eky'okwagala okw'omwoyo nga bwe kyawandiikibwa mu 1 Bakkolinso 13.

Okuyita mu kusoma Bayibuli n'okuwuliriza ekigambo kya Katonda, tusobola okwekebera oba nga tumulisizza, era ne tubala ebibala, era ebibala byaffe byengedde kyenkana ki? Ebibala bwe bibeera byengedde bulungi, tusobola okubikungula ekiseera kyonna era ne tubikozesa nga bwe kyetaagibwa. Zabuli 37:4 wagamba, "Sanyukiranga MUKAMA; Naye anaakuwanga omutima gwo bye gusaba." Kiba nga bw'olaba bw'otereka obuwumbi bw'ensimbi mu banka n'oba ng'osobola okukozesa sente ezo wonna w'ozaagalidde.

3) Ekisembayo, Ojja kukungula nga bw'osiga.

Mu buli kiseera ky'amakungulu, omulimi ajja kukungula nga bwe yasiga, era bwe kityo bwe kibeera buli mwaka. Wano, obungi bw'amakugula bw'awukana okusinziira ku bungi bwe yasiga n'engeri gy'annyiikidde okuteekateeka ensigo.

Bw'oba ng'osize mu kusaba, omwoyo gwo gujja kubeera bulungi, era bw'oba osize mu kuweereza n'obw'esigwa, ojja kweyagalira mu bulamu obutaliimu ndwadde mu mwoyo ne mu mubiri. Bw'oba ng'ofubye kusiga mu bya nsimbi, ojja kweyagalira mu mikisa egy'ensimbi era oyambe abaavu abateeyamba nga bw'oyagala. Katonda atusuubiza mu Baggalatiya 6:7, "Temulimbibwanga, Katonda tasekererwa; kubanga omuntu kyonna ky'asiga ky'alikungula."

Ebitundu bingi mu Bayibuli bikakasa ekisuubizo kya Katonda kino nga bigamba nti omuntu ky'asiga ky'akungula. Mu ssuula ey'ekkumi n'omusanvu eya 1 Bassekabaka mwe tusanga olugero olwa namwandu ow'e Zarefaasi. Olw'okuba enkuba yali emaze emyaka esatu nga tetonya era nga akagga kakaze, ye ne mutabani we baali boolekedde okufa enjala. Naye yasiga olubatu lw'obutta mu ppipa n'otufuta mu kasumbi ku lwa Eriya, omusajja wa Katonda. Mu kiseera ekyo nga akammere kafuuse akamere, yali tasobola kukikola awatali kukkiriza. Yakkiriza era ne yeesigama ku kigambo kya Katonda ekyaleetebwa ng'obunnabbi okuyita mu Eriya, era n'asiga n'okukkiriza. Katonda n'amuwa omukisa ogutayogerekeka olw'okukkiriza kwe, era ye ne mutabani we ne Eriya baasobola okulya emmere okutuuka enjala ayamala ebbanga eddene lwe yaggwawo (1 Bassekababa17:8-16).

Makko 12:41-44 watwanjulira namwandu omwavu eyateeka ebitundu bibiri nga ye kodulante mu ggwanika. Nga yafuna omukisa omunene ennyo Yesu bwe yasiima ekikolwa kye!

Katonda ataddewo etteeka ery'omwoyo era n'atugamba nti tusobola okungula nga bwe twasiga. Naye nkukubiriza ojjukirenga nti kubeera kusekerera Katonda ggwe okwagala okukungula nga tosize. Olina okukkiriza nti Katonda ajja kukuganya okukungula ebyo ebikubisaamu emirundi kikumi, enkaaga, oba asatu okusinga kw'ekyo kye wasiga.

Okuyita mu lugero lw'omulimi, tulabye engeri gye tuyinza okusimba ensigo ez'okukkiriza n'engeri y'okuzikuzaamu ffe okusobola okufuna okukkiriza okw'omwoyo. Kati njagala oddabirize omutima-ennimiro osobole okugufuula omulungi. Ng'osiga ensigo ez'okukkiriza n'okuziteekateeka. N'olwekyo, olina okusiga ennyo nga bwe kisoboka era oziddaabirize bulungi n'okukkiriza wamu ne ssuubi saako obugumiikiriza osobole okufuna emikisa egikubisaamu emirundi ekikumi, enkaaga, oba asatu. Ekiseera ekituufu bwe kituuka, mujja kukungula ebibala era mugulumize Katonda mu ngeri ey'amaanyi.

Ka buli omu ku mmwe akkiririze mu buli kigambo ekiri mu Bayibuli era asige ensigo ez'okukkiriza okusinziira ku kigambo kya Katonda kye kisomesa osobole okubala ebibala ebingi, agulumize Katonda era yeeyagalire mu buli kika kya mikisa!

Essuula 5

"Oba ng'oyinza!' Byonna biyinzika eri akkiriza!"

Makko 9:21-27

Yesu n'abuuza kitaawe nti, "Obulwadde buno kasookedde bumukwata bbanga ki?" N'agamba nti, "Bwa mu buto. Emirundi mingi ng'amusuula mu muliro ne mu mazzi okumutta. Naye oba ng'oyinza, tusaasire otubeere!" Yesu N'amugamba nti, "'Oba ng'oyinza!' Byonna biyinzika eri akkiriza." Amangu ago kitaawe w'omwana n'ayogerera waggulu, n'agamba nti, "Nzikirizza; saasira obutakkiriza bwange." Awo Yesu bwe yalaba ng'ekibiina kikung'ana mbiro, n'amugamba nti, "Ggwe dayimooni atayogera, era omuggavu w'amatu, nze nkulagira, muveeko tomuddiranga nate n'akatono." Awo n'akaaba, n'amutaagula nnyo, n'amuvaako n'afaanana ng'afudde n'okugamba abalala ne bagamba nti, "Afudde!" Naye Yesu n'amukwata ku mukono n'amuyimusa; n'ayimirira.

Abantu babeera ne bye bayiseemu mu bulamu omuli eby'essanyu, eby'ennaku, saako obulumi. Abantu abamu basisinkana era ne babonaabona n'ebizibu bye batasobola kugonjoola n'amaziga, na gumiikiriza, oba okufuna obuyambi okuva mu balala.

Bino bye bizibu eby'endwadde ezitasobola kuwona na ddagala; ebizibu ku bwongo ebiva ku kunyiikaala ennyo olw'ebizibu by'ensi nga tekusola kugenda na kigambo kyonna; ebizibu by'awaka n'abaana ebitasobola kugonjoolwa na nsimbi kazibeera mmeka; ebizibu mu bizinensi n'eby'ensimbi ebitasobola kugonjoolwa mu ngeri yonna. N'ebirala bingi. Ani ayinza okugonjoola ebizibu bino?

Mu Makko 9:21-27, tulaba emboozi ya Yesu n'omusajja eyalina mutabani we nga yali yawambibwa emyoyo emibi. Omwana ono yali tayogera nga tawulira era nga abeera agwa ensimbu. Ng'atera okugwa mu mazzi ne mu muliro olwa dayimooni ezaali zaamuwamba. Nga buli dayimooni lwe zimutaagula, nga zimukuba wansi era n'atandika okuvulula endusu, nga aluma amannyo n'okukalambala.

Kati katulabe engeri taata w'omwana oyo bwe yafuna eky'okuddamu eri ekizibu kya mutabani we okuva eri Yesu.

Yesu yannenya taata w'omwana olw'obutakkiriza bwe

Omwana yali kiggala era nga tayogerangako okuva

lwe yazaalibwa kale nga tasobola kuwulira muntu yenna era nga kimubeerera kizibu nnyo okubaako ky'ategeeza abamwetooloodde ne bakitegeera. Yakubibwanga ensimbu buli ssaawa nga abeera yeesika. Yensonga lwaki kitaawe yabeeranga mu nnaku n'okulumwa era nga talina ssuubi lyonna mu bulamu.

Lumu taata w'omwana ono n'awulira ku byali byogerwa ku Yesu nga bwe yali azuukiza abafu, n'awonya abalwadde endwadde eza buli kika, era n'azibula amaaso g'abo abaali abazibe, era n'akola eby'amagero bingi. Amawulire gano g'ateeka essuubi mu mutima gwa taata w'omwana. Muli n'agamba nti, "Bw'aba nga ddala alina amaanyi nga g'empulidde b'ogerako, ayinza okusobola okuwonya endwadde za mutabani wange zonna." Yalimu ekirowoozo nti mutabani wwe ayinza okuwona ku mulundi guno. Era n'okulowooza okw'ekika kino yaleeta omwana we eri Yesu n'amugamba nti, "Naye oba ng'oyinza, tusaasire otubeere!"

Yesu bwe yamuwulira, N'amunenya olw'obutakkiriza bwe, n'amugamba nti, "'Oba ng'oyinza?' Byonna biyinzika eri akkiriza." Yayogera bwatyo lwakuba yali awulidde ku Yesu, naye nga tamukkiririzaamu okuviira ddala ku ntobo y'omutima gwe.

Singa taata w'omwana oyo yali akkiriza nti Yesu ye Mwana wa Katonda era Omuyinza w'ebintu byonna nga eri Ye teri kimulema, era nga Ye Mazima ge nnyini, teyandimugambye nti, "Naye oba ng'oyinza, tusaasire otubeere!"

Awatali kukkiriza tekisoboka kusanyusa Katonda, era awatali kukkiriza okw'omwoyo tekisoboka kufuna kya kuddamu. Yesu okusobola okutegeeza omusajja ono ensonga eno, kwe kumubuuza nga yeewuunya nti, "oba ng'oyinza?" era n'amunenya olw'obutakkiriza bwe.

Engeri Y'okufunamu Okukkiriza Okutuukiridde

Bw'okkiririza mw'ekyo ekitasobola kulabibwa n'amaaso, okukkiriza kwo kusobola okukkirizibwa Katonda, era okukkiriza okwo kwe kuyitibwa 'okukkiriza okw'omwoyo,' 'okukkiriza okw'amazima,' 'okukkiriza okulamu' oba 'okukkiriza okugobererwa ebikolwa.' N'okukkiriza kuno osobola okukkiriza nti waliwo ebisobola okutondebwa awatali kintu kyonna. Kiri bwe kityo lwakuba okukkiriza kye kinyweza ebisuubirwa, kye kitegeereza ddala ebigambo ebitalabika(Abaebbulaniya 11:1-3).

Olina okukkiriza n'omutima gwo ekkubo ery'omusala, okuzuukira, okudda gwa Mukama, okutonda kwa Katonda, n'eby'amagero. Olwo lwokka lw'oyinza okuyitibwa alina okukkiriza okw'omwoyo. Bw'oyatula okukkiriza n'emimwa gyo, kwe kukkiriza okw'amazima.

Waliwo obukwakkulizo busatu obw'okufuna okukkiriza okutuukiridde ffe.

Akasookera ddala, emisanvu egiri wakati wo ne Katonda nga giva ku kibi girina okugibwawo. Bwe weezuula ng'olina omusanvu oguva ku kibi, olina okufuba okugugyawo nga weenenya. Era, olina okulwanyisa ekibi ekyo okutuuka ku ssa ery'okuyiwa omusaayi era weewale buli kika kya bubi obutakolera ddala kibi kyonna. Bw'okyawa ebibi okutuuka ku ssa ery'obutateereera bw'olowooza ku kibi ne weekanga n'okwennyamira ng'olabye ekibi, olwo oyinza otya okwonoona? Era mu kifo ky'okutambulira mu kibi, obeera osobola okuwuliziganya ne Katonda n'ofuna okukkiriza okutuukiridde.

Ak'okubiri, olina okugoberera okwagala kwa Katonda. Okusobola okukola omulimu gwa Katonda, okusookera ddala, olina okutegeera obulungi okwagala kwa Katonda kye kuli. Kati awo, ne bw'oba olina ky'oyagala nga gwe, bwe kuba nga si kwe kwagala kwa Katonda, tolina ku kikola. Ku ludda olulala, ne bwe wabaawo ky'otayagala kukola, naye nga kwe kwagala kwa Katonda, olina okukikola. Bw'ogoberera okwagala Kwe n'omutima gwo gwonna, n'amazima, n'amaanyi go saako amagezi, Akuwa okukkiriza outuukiridde.

Eky'okusatu, Olina okusanyusa Katonda n'okwagala kwo Gyali. Ebintu byonna bw'obikola Katonda asobole okuddizibwa ekitiibwa, wadde olya oba onywa oba mu kintu kyonna ky'okola, era bw'osanyusa Katonda waakiri n'okuwaayo obulamu bwo, toyinza kulemererwa kufuna okukkiriza okutuukiridde. Okukkiriza okwo kwe kusobozesa ebyo ebitasoboka. N'okukkiriza kuno okutuukiridde, tokkiriza bukkiriza ekyo kyokka ekirabika era ekisoboka okufunika n'amaanyi go, wabula ne mw'ekyo ekitalabika era ekitasobola n'amaanyi g'abantu. N'olwekyo, bw'oyatula okukkiriza kuno okutuukiridde, buli kimu ekitasoboka kijja kusoboka.

Na bwe kityo, ekigambo kya Katonda ekigamba nti, "'Oba

ng'oyinza!' Byonna biyinzika eri akkiriza." kijja kutuukirira gyoli era bwotyo ogulumize Katonda mu buli kyonna ky'okola.

Byonna Biyinzika eri Akkiriza

Nga okukkiriza mu bujjuvu kukuweereddwa, byonna bibeera biyinzika gyoli era osobola okufuna okuddibwamu eri ekizibu ekya buli kika. Mbeera ki mw'oyinza okulabira amaanyi ga Katonda oyo afuula ebitasoboka okuba nga bisoboka? Katutunuulire embeera ez'emirundi esatu.

Embeera Esooka kw'ezo esatu, y'embeera y'ekizibu ky'endwadde.

Katugambe oli mulwadde olw'obuwuka obuvaako endwadde okukulumbagana. Bw'olaga okukkiriza era n'ojjuzibwa Omwoyo Omutukuvu, omuliro ogw'Omwoyo Omutukuvu gujja kwokya endwadde ezo era bwotyo ojja kuwonyezebwa. okwongereza kw'ekyo, bwe weenenya ebibi byo era n'okyuka okubivaamu, osobola okuwonyezebwa okuyita mu kusaba. Bw'oba nga wakatandika mu kukkiriza, olina okuggulawo omutima gwo n'owuliriza ekigambo kya Katonda okutuuka lw'onoosobola okulaga okukkiriza kwo.

Ekiddako, bw'oba ng'ogwiiriddwa ekirwadde ekikambwe ennyo ekitasobola kuwonyezebwa n'eddagala ery'ekizungu, olina okulaga obukakafu bw'okukkiriza obw'amaanyi. Okugyako nga weenenyereza ddala ebibi nga owaayo omutima gwo era ne weesiba ku Katonda okuyita mu kusaba okw'amaziga, lw'osobola okuwonyezebwa. Naye abo abalina okukkiriza okunafu oba abo abaakatandika okujja mu kanisa tebasobola kuwonyezebwa okutuuka nga okukkiriza okw'omwoyo kubaweereddwa, era kasita okukkiriza okwo kujja gye bali, okuwonyezebwa kugenda kujja gye bali mpolampola.

Ekisembayo, obulemu ku mibiri, enkula etali ya bulijjo, obulema, obuggavu bw'amatu, ekizibu ku bwongo n'embeera ezikoozimbya omuntu, n'ebyo ebisikire tebisobola kumala gagenda awatali maanyi ga Katonda. Abo ababonaabona n'embeera ezo balina okubeera ab'amazima mu maaso ga Katonda era balage obukakafu obw'okukkiriza okwagala n'okumusanyusa basobole okukkirizibwa Katonda era awo emirimu gya Katonda egy'ewuunyisa ne giryoka gituukawo okuyita mu maanyi ga Katonda.

Emirimu egyo egy'okuwonyezebwa gisobola okubatuukako singa babeera balaze ebikolwa eby'okukkiriza nga omuzibe Batimaawo eyali asabiriza bwe yakowoola Yesu (Makko 10:46-52), nga omukulu w'eggye bwe yalaga okukkiriza kwe okungi (Matayo 8:6-13), n'eyali akoozimbye ne banne abana abaamusitulira ku kitande bwe baalaga okukkiriza kwabwe mu maaso ga Yesu (Makko 2:3-12).

Embeera ey'okubiri, y'embeera y'eby'ensimbi.

Bw'ogezaako okugonjoola ebizibu eby'ensimbi n'amagezi go, n'engeri zo, wamu n'obusobozi bwo awatali kuyambibwako

Katonda, ekizibu tekisobola kugonjoolebwa na busobozi bwo. Wabula, bwe weggyako ebibi byo, n'ogoberera okwagala kwa Katonda, era Katonda n'omukwasa ebizibu byo ng'okkiriza nti ajja ku kulembera eri ekkubo Lye, olwo nno emmeeme yo ejja kukulaakulana, era buli kimu kijja kukutambulira bulungi era weeyagalire mu bulamu obutaliimu ndwadde. Era, olw'okuba otambulira mu Mwoyo Omutukuvu, ojja kufuna emikisa gya Katonda.

Yakobo yalinga agoberera engeri z'abantu n'amagezi mu bulamu bwe okutuuka lwe yalwanagana ne malayika wa Katonda ku Mugga Yaboki. Malayika n'akoma ku mbalakaso ye era ekisambi kye ne kinuuka. Mu kumeggana kuno ne malayika wa Katonda, yeewaayo mu mikono gya Katonda era buli kimu n'akimulekera. Okuva mu kiseera ekyo yafuna omukisa gwa Katonda olw'okuba yalinga naye. Mu ngeri y'emu, bw'oba oyagala Katonda, musanyuse, era obimukwase, olwo buli kimu kinaakugendera bulungi.

Embeera ey'okusatu y'engeri ey'okufunamu amaanyi ag'omwoyo.

Tusanga mu 1 Bakkolinso 4:20 nti obwakabaka bwa Katonda tebuli mu bigambo wabula mu maanyi. Amaanyi g'eyongera gye tukoma okufuna okukkiriza okutuukiridde. Amaanyi ga Katonda gajja gye tuli mu ngeri za njawulo okusinziira ku bungi bw'okusaba kwaffe, okukkiriza kwaffe n'okwagala. Emirimu gy'eby'amagero bya Katonda, nga giri ku mutendera gwa waggulu okusinga ekirabo eky'okuwonyezebwa, bisobola okukolebwa abo bokka abafunye amaanyi ga Katonda okuyita mu kusaba n'okusiiba.

N'olwekyo, bw'ofuna okukkiriza okutuukiridde, ebitasoboka bijja kusoboka gyoli era osobola okwogera mu lwatu nti, "Oba ng'oyinza? Byonna biyinzika eri oyo akkiriza."

"Nzikirizza; saasira obutakkiriza bwange."

Waliwo emitendera egy'etaagisa ggwe okusobola okufuna okuddibwamu eri ekizibu kyonna.

Ogusooka, nga gwe gutandika emitendera gino, olina okwatula ebintu ebirungi n'emimwa gyo.

Waaliwo taata w'omwana eyabeera mu nnaku n'okulumwa okumala ebbanga ddene olw'omwana we eyalina emyoyo emibi. Taata w'omwana ono bwe yawulira ku mawulire ga Yesu, n'afuna omutima oguyaayaana okumulaba. Era oluvannyuma taata ono n'aleeta mutabani we eri Yesu ng'asuubira nti mutabani we ayinza okufuna omukisa ogw'okuwona. Wadde yali takikakasa, yasaba Yesu okuwonya mutabani we.

Yesu kwe kunenya taata ono olw'okwogera nti, "Oba ng'oyinza!" Kyokka n'amuzzaamu amaanyi nti, "Byonna Biyinzika eri Akkiriza." Taata w'omwana bwe yawulira ekigambo kino ekimuzzaamu amaanyi kwe kwogerera waggulu nti, "Nzikirizza; saasira obutakkiriza bwange." Bwatyo n'ayatula ebigambo eby'essuubi mu maaso ga Yesu.

Olw'okuba yawulira buwulizi n'amatu ge nti ebintu byonna

biyinzika eri oyo akkiriza okuva eri Yesu, yakitegeera mu bwongo bwe era n'ayatula nga bwakiriza ku mimwa, naye teyayatula n'okukkiriza okuyinza okumusobozesa okufuna okukkiriza okuva ku ntobo y'omutima gwe. Wadde yalina okukkiriza okumanye, okwatula kwe ebigambo ebirungi kwasiikuula okukkiriza okw'omwoyo era ne kimuviirako okufuna okuddibwamu.

Ekiddako, olina okufuna okukkiriza okw'omwoyo okukusobozesa okukkiriza okuva mu mutima gwo.

Taata w'omwana eyali yawambibwa emizimu yayaayaana nnyo okufuna okukkiriza okw'omwoyo, era n'agamba Yesu nti, "Nzikirizza; saasira obutakkiriza bwange." (Makko 9:23). Yesu bwe yawulira okusaba kwa taata w'omwana, Yamanya omutima gw'omusajja ono nti gw'amazima, mulambulukufu era guyaayaana, okukkiriza, era bwatyo N'amuwa okukkiriza okw'omwoyo ekyamuleetera okukkiriza okuva ku ntobo y'omutima gwe. N'olwekyo, olw'okuba taata yali afunye okukkiriza okw'omwoyo, Katonda yasobola okumukolera era n'afuna okuddibwamu okuva eri Katonda.

Yesu bwe yalagira mu Makko 9:25, "Ggwe dayimooni atayogera, era omuggavu w'amatu, nze nkulagira, muveeko tomuddiranga nate n'akatono." omwoyo omubi n'afuluma omwana.

Mu kigambo kimu, taata w'omwana yali tasobola kufuna kuddibwamu okuva eri Katonda n'okukkiriza okumanye kwe yalina. Kyokka amangu ddala nga yakafuna okukkiriza okw'omwoyo, Okuddibwamu okuva eri Katonda ne kumuweebwa amangu ddala.

Ensonga ey'okusatu mu mitendera kwe kwegayirira mu kusaba okutuuka lw'ofuna eky'okuddamu.

Mu Yeremiya 33:3, Katonda atusuubiza nti, "Mpita nange naakuyitaba, ne nkwolesa ebikulu n'ebizibu by'otamanyi," ne mu Ezeekyeri 36:37, Atusomesa nti, "Era njagala ennyumba ya Isiraeri okumbuuzanga ekyo okukibakolera." Nga bwe kiwandiikiddwa waggulu, Yesu, bannabbi be Ndagaano Enkadde, n'abayigirizwa be Ndagaano Empya baakowoola era ne beegayirira Katonda okusobola okufuna okuddibwamu Kwe.

Mu ngeri y'emu, okuggyako ng'okoowoodde n'okwegayirira mu kusaba lw'osobola okufuna okukkiriza okwo okukusobozesa okukkiriza okuva mu mutima era nga okuyita mu kukkiriza okw'omwoyo okwo kwokka lw'osobola okufuna okuddibwamu eri okusaba n'ebizibu. Olina okukowoola mu kusaba okutuuka ng'ofunye eky'okuddamu, olwo nno ebitasoboka bijja kusoboka gyoli. Taata w'omwana eyaliko omwoyo omubi yasobola okufuna okuddibwamu kubanga yakoowoola era n'akaabirira Yesu.

Olugero lwa taata w'omwana eyaliko emizimu lutuwa eky'okuyiga kinene mu mateeka ga Katonda. Ffe okusobola okulaba ekigambo kya Katonda ekigamba nti, "'Oba nga Oyinza?' Byonna biyinzika eri oyo akkiriza," nga kituukirira olina okukyusa okukkiriza kwo okw'omubiri ne kufuuka okukkiriza okw'omwoyo nga kuno kwe kukuyamba okufuna okukkiriza okutuukiridde, yimirira ku lwazi, era ogonde awatali kubuusabuusa.

Okumaliriza emitendera, okusooka olina okwogera ebintu ebirungi ebizaamu amaanyi n'okukkiriza kwo kw'obadde otereka ng'ebimu ku bintu by'omanyi. Olwo nno n'okowoola Katonda mu kusaba okutuuka ng'ofunye eby'okuddamu. N'ekisembayo olina okufuna okukkiriza okw'omwoyo okuva waggulu okukusobozesa ggwe okukkiriza okuva mu mutima.

Era, okutuukiriza obukwakkulizo obwo obusatu okusobola okufuna okuddamu okutuukiridde, okusooka olina okumenyaamenya ekisenge ekiyimiridde wakati wo ne Katonda. Ekiddako, olage ebikolwa eby'okukkiriza n'amazima. Olwo oganye emmeeme yo okukulaakulana. Era bw'otuukiriza obukwakkulizo buno obusatu, ojja kuweebwa okukkiriza okw'omwoyo okuva waggulu era ofuule ekyo ekitasoboka okuba ekisoboka.

Bwe mugezaako okukola ebintu ku lwammwe mu kifo ky'okubikwasa Katonda Ayinza Byonna, mujja kufuna ebizibu era mukaluubirizibwe. So ng'ate, Bwe mumenyaamenya ebirowoozo eby'abantu byonna ebikulowoozesa nti tekisobola wabula byonna n'obirekera Katonda, Ajja kukukolera buli kimu, Olwo kiki ekinaaba tekisoboka?

Ebirowoozo eby'omubiri bya bulabe eri Katonda (Abaruumi 8:7). Bikulemesa okukkiriza era ne bikuleetera okunyiiza Katonda ng'oyogera ebintu ebitalaga ssuubi wadde okukkiriza. Bisobozesa Setaani okukulumiriza mu maaso Ge era bireeta n'ebigezo, okusoomoozebwa, emitawaana n'embeera enzibu gyoli. N'olwekyo, olina okumenyaamenya ebirowozo eby'omubiri bino. Ekizibu ka kibeere nga kyenkana kitya obunene, omuli n'ekizibu eky'emmeeme yo okukulaakulana, bizinensi zo, emirimu, endwadde, saako ab'omu maka go, olina okubiteeka mu mikono gya Katonda. Olina okwesigama ku Katonda ayinza byonna, okkirize nti ajja kukisobozesa okutuukirira ekyo ky'olowooza nti tekisoboka, era menyaamenya buli kika kya birowoozo eby'omubiri olw'okukkiriza.

Bwe mwatula ebigambo ebirungi nga mugamba "nzikkiriza," era n'osaba Katonda n'omutima gwo gwonna, Katonda ajja kukuwa okukkiriza okunaakuyamba okukkiriza okuva ku ntobo y'omutima gwo, era n'okukkiriza kuno Ajja kukuganya okufuna okuddibwamu eri ekizibu ekya buli kika era omugulumize. Obulamu buno nga bubeera bwa mukisa!

K'otambulire mu kukkiriza kwokka okusobola okutuukiriza obwakabaka n'obutuukirivu bwa Katonda, okutuukiriza omulimu omunene ogw'okubuulira enjiri eri amawanga, n'okukola omulimu gwa Katonda ogwakuweebwa, era ebitasoboka obifuule ebisoboka nga omusirikale w'omusalaba, era omulise omusana gwa Kristo, mu linnya lya Yesu Kristo nsabye!

Essuula 6

Danyeri Yeesigama ku Katonda yekka

Danyeri 6:21-23

Danyeri n'alyoka agamba kabaka nti, "Ai kabaka, obenga omulamu emirembe gyonna! Katonda wange yatumye malayika We, n'aziba emimwa gy'empologoma, ne zitankola bubi; kubanga mu maaso Ge nalabika nga siriiko kabi: era ne mu maaso go, ai kabaka sikolanga kabi." Kabaka n'alyoka asanyuka nnyo nnyini. n'alagira okuggyamu Danyeri mu mpuku. Awo Danyeri n'agibwa mu mpuku, so mpaawo kabi konna akaamulabwako kubanga yali yeesize Katonda we.

Bwe yali omwana, Danyeri yatwalibwa mu buwambe era n'aba omuddu e Babilooni. Naye bwe waayita ekiseera, yatuula mu kifo eky'obuvunaanyizibwa ekiddirira ekya kabaka, nga muganzi nnyo gyali. Olw'okuba yayagala nnyo Katonda, Katonda yamuwa amagezi n'okumanya mu buli kya kusoma. Danyeri yatuuka n'okutegeera amakulu g'ebirooto eby'enjawulo. Yali munnabyabufuzi era nga nnabbi eyalaga amaanyi ga Katonda.

Obulamu bwe bwonna, Danyeri teyekkiriranya n'akatono na bya nsi bwe kyatuukanga kukuweereza Katonda. Yawangula okusoomoozebwa kwonna n'ebigezo n'okukkiriza okw'omujulizi era n'agulumiza Katonda n'obuwanguzi obw'amaanyi obw'okukkiriza. Tuyinza kukola ki okusobola okufuna okukkiriza kwe kumu nga kwe yalina?

Katulabe lwaki Danyeri, eyali addirira kabaka mu bukulembeze e Babirooni, ate yasuulibwa mu kinnya ky'empologoma n'engeri gye yawonamu nga tataaguddwa mpologoma zino wadde akatono bwe kati.

Danyeri, Omusajja Ow'okukkiriza

Mu biseera bya Kabaka Yekobowaamu we yafugira, Obwakabaka bwa Isiraeri nga bukyali bumu Isiraeri n'eyawulwamu emirundi ebiri – Obwakabaka obw'ekyemmanga obwa Yuda n'obwakabaka obw'ekyengulu obwa Isiraeri olw'okweyonoonesa kwa Kabaka Sulemaani (1 Bassekabaka 11:26-36). Bakabaka n'amawanga abaagondera ebiragiro bya Katonda baakulaakulana naye abo abaajeemera amateeka ga

Katonda baazikirizibwa.

Mu 722 nga Kristo tannajja obwakabaka bwa Isiraeri obw'ekyengulu bwawambibwa Abasiriya. Mu kiseera ekyo abantu abatabalika baawambibwa ne batwalibwa mi Asiriya. Obwakabaka obw'ekyemmanga obwa Yuda n'abwo bwawambibwa, naye tebwazikirizibwa.

Era bwe waayitawo ebbanga Kabaka Nebukadduneeza n'azingiza Obwakabaka bwa Yuda obw'ekyemmanga, era ku mulundi ogw'okusatu n'azingiza ekibuga Yerusaalemi n'ayonoona yeekaalu ya Katonda. Gyali emyaka 586 nga Kristo tannajja.

Mu mwaka ogw'okusatu mu mirembe gya Yekoyakimu, kabaka wa Yuda, Nebukadduneeza, kabaka wa Babulooni n'ajja e Yerusaalemi n'akizingiza. Ku mulundi guno, Kabaka Nebukadduneeza n'asiba Kabaka Yekoyakimu ku njegere ez'ekikomo n'amutwala e Babulooni, era n'abaako n'ebintu bye yatwala okuva mu nnyumba ya Katonda n'abitwala e Babulooni.

Danyeri yali omu ku b'olulyo olulangira abaasooka okutwalibwa mu buwambe. Ne babeera mu nsi ey'Abamawanga, so nga Danyeri yasukuluma ku banne bwe yali aweereza kabaka - Nebukadduneeza ne Berusazza, nga beebaali bakabaka ba Babulooni, wamu ne Daliyo saako Cyrus, nga beebaali bakabaka ba Persia. Danyeri yabeera mu nsi z'Abamawanga okumala ebbanga ddene era naweereza ng'omu ku bakulembeze eyaddiriranga bakabaka. Naye yalaga okukkiriza okuba nti teyekkiriranya na nsi era bwatyo n'atambulira mu bulamu obuwanguzi nga nnabbi wa Katonda.

Nebukadduneeza, kabaka wa Babulooni n'alagira omukulu w'abalaawe be, okuyingiza abamu ku baana ba Isiraeri, omuli ab'ezzadde ly'abakabaka n'ery'abakungu, abavubuka abataaliko bulema, wabula ab'amaaso amalungi, era abategeevu mu magezi gonna, era abakalabakalaba mu kutegeera, era abaamanya ebiyigirizibwa, era abasaanira okuyimirira mu nnyumba ya kabaka; era n'amulagira okubayigirizanga amagezi ag'Abakaludaaya, n'olulimu lwabwe, era kabaka n'alagiranga balye ku mmere ye n'omwenge gwe yanywangako, era n'alagira bayigirizibwe okumala emyaka esatu. Danyeri yali omu ku bo (Danyeri 1:4-5).

Naye Danyeri yamalirira nti tajja kweyonyonyesa n'emmere ya kabaka wamu n'omwenge gwe yanywangako; bwatyo n'asaba okukkirizibwa omukulu w'abalaawe ba kabaka aleme okweyonoonyesanga (Danyeri 1:8). Kuno kwe kwali okukkiriza kwa Danyeri eyayagala okukuuma amateeka ga Katonda. Katonda n'awa Danyeri okuganja n'ekisa mu maaso g'omukulu w'abalaawe (olu. 9). Bwatyo omusigire n'abaggyako emmere n'omwenge bye bandibaddenga balya wabula n'abawanga ebijanjaalo (olu. 16).

Olw'okuba yali alabye okukkiriza kwa Danyeri, Katonda yamuwa amagezi n'Okumanya kwonna mu buli bya kuyiga byonna; era Danyeri n'aba omukabakaba mu kwolesebwa kwonna ne mu birooto (olu. 17). Era nga buli nsonga yonna ey'amagezi kabaka gye yeebuuzanga ku Danyeri, ng'akizuula nga akubisaamu emirundi kkumi abasawo n'abafumu mu kumanya n'okutegeera bwe baalinga mu bwakabaka (olu. 20).

Bwe waayita ekiseera Kabaka Nebukadduneeza n'aloota ebirooto ebyerariikiriza omwoyo gwe n'aba nga teyeebaka, kyokka ku ba Kaludaaya bonna n'ebulwa asobola okuvunula amakulu g'ebirooto kabaka bye yalotanga. Wabula Danyeri n'asobola okutegeeza amakulu g'ebirooto n'amagezi wamu n'amaanyi ga Katonda. Awo kabaka n'akuza Danyeri era n'amuwa ebirabo bingi, era n'amufuula omukulu w'essaza ly'e Babuloni lyonna n'okuba omwami omukulu ow'abagezigezi bonna ab'e Babulooni (Danyeri 2:46- 48).

Si mu bwakabaka bwa Nebukadduneeza kabaka w'e Babulooni wokka, wabula ne bwakabaka bwa Berusazza Danyeri yaganja era n'ayitimuka. Kabaka Berusazza n'ayisa ekirango nti Danyeri ye yali Ow'okusatu mu bitiibwa n'obuyinza okuva ku bakabaka. Era Kabaka Berusazza bwe yattibwa Daliyo n'afuuka kabaka, era Danyeri yasigala nga muganzi gyali.

Kabaka Daliyo n'alaba nga kikulu okukuza abaamasaza 120 mu bwakabaka era nga waggulu waabwe eriyo abakulu basatu era nga Danyeri yali omu ku bo. Naye Daniel n'aba waggulu w'abakulu bonna n'abamasaza olw'omwoyo we omulungi, bwatyo kabaka n'alowooza ku ky'okumukuza mu bwakabaka bwonna.

Awo abakulu n'abamasaza ne banoonya amagezi okumusuula n'okumunoonyaako ensonga eneemusuula naye ne batafuna nsonga eruma Danyeri kubanga yali mwesigwa, era nga mwegendereza mu buli byonna bye yakolanga era nga talya nguzi. Bwe batyo ne bateesa okumutega akatego nga bayita mu mateeka ga Katonda we. Bwe batyo ne basaba kabaka nti ateeke etteeka n'ekiragiro ekinywevu okusuula omuntu yenna mu bunnya bwe mpologoma anaasabanga katonda omulala yenna atali kabaka okumala ennaku amakumi asatu. Era ne bamugamba etteeka eryo alisse mu buwandiike era ekiragiro ekyo akiseeko akabonero kireme okuwaanyisibwa, ng'amateeka ag'Abameedi n'Abaperusi. Bwatyo Kabaka Daliyo n'assa omukono ku kiwandiiko, n'ekiragiro.

Awo Danyeri bwe yamanya ng'ebiwandiikiddwa bissibbwako akabonero, n'ayingiranga mu nnyumba ye, n'aggula amadirisa ge nnyumba ye nga goolekedde Yerusaalemi, n'afukamiranga ku maviivi ge emirundi esatu buli lunaku, n'asaba, ne yeebaza mu maaso ga Katonda we, nga bwe yakolanga edda (Danyeri 6:10). Danyeri yamanya nti yali ajja kukasukibwa mu mpuku y'empologoma olw'okujeemera ekiragiro ekyali kiteereddwawo, kyokka n'amalirira okufa ng'omujulizi era n'asigala ng'aweereza Katonda yekka.

Wadde yali mu buwambe e Babulooni, Danyeri bulijjo yajjukiranga ekisa kya Katonda era n'ayagala nnyo Katonda okutuuka ku ssa ly'okufukamiranga wansi, okusaba n'okumwebazanga emirundi esatu mu lunaku awatali kulekayo. Yalina okukkiriza okw'amaanyi era teyekkiriranya na nsi mu kuweereza Katonda.

Danyeri asuulibwa mu Mpuku y'empologoma

Abantu abaalina obuggya ku Danyeri baasembera era ne basanga Danyeri ngali mu kusaba n'okwebaza Katonda. Bwe batyo kwe kugenda ne babitegeeza kabaka n'okumujjukiza ekiwandiiko n'ekiragiro ekyayisibwa kabaka. Kabaka n'amanya nti abantu baamusaba okuyisa ekiragiro ekyo, si ku lwa kabaka wabula olw'okwagala okusuula Danyeri, era kabaka n'anyiiga nnyo. Naye olw'okuba kabaka yali atadde omukono ku kiragiro ekyo era nga yakiyisa, nga talina bwakikyusa.

Era kabaka bwe yawulira ebigambo bino n'atawanyizibwa nnyo n'ateeka omutima gwe kukuwonya Danyeri okuzibya obudde. Naye abasajja abo ne balumiriza nga ekiragiro kw'atadde omukono bwe kitayinza kuwanyisibwa, bwatyo kabaka n'abulwa eky'okukola era n'akkiriza okukituukiriza.

Kabaka bwatyo olw'okubulwa eky'okukola n'alagira, era Danyeri n'asuulibwa mu kinnya ky'empologoma era ejjinja ne liteekebwa ku mulyango gwe mpologoma. Era nga kino kyakolebwa ekigambo kyonna kireme okuwanyisibwa eri Danyeri.

Awo kabaka eyali ayagadde ennyo Danyeri, n'agenda mu lubiri lwe, ekiro kyonna n'atalya mmere, era n'agaana n'okumuleetera ebivuga mu maaso ge; era otulo ne tumubula. Awo kabaka n'akeera nnyo mu makya n'agolokoka. Era nga kimanyiddwa nti engeri Danyeri gye yali asuuliddwa mu mpuku y'empologoma ezaali zirumwa enjala, zaamulidde dda. Kyokka kabaka n'ayanguwa n'agenda ku mpuku y'empologoma ng'alimu essuubi nti ayinza okuwona.

Mu biseera ebyo ng'abazzi b'emisango abasinga basuulibwa mu mpuku ey'empologoma. Wabula Danyeri yawona atya empologoma ezaali zirumwa enjala? Kabaka yalowooza mu mutima gwe nti oyo Katonda Danyeri gwaweereza ayinza okuwonya, era n'ajja okumpi ne mpuku. Kabaka n'ayogerera waggulu ne ddoboozi ery'enaku, nti, "Danyeri, Ggwe Danyeri omuddu wa Katonda omulamu, Katonda wo, gw'oweerezanga bulijjo, ayinza okukuwonya eri empologoma?"

Yeewuunya ng'awulidde eddoboozi lya Danyeri munda mu mpuku. Danyeri n'alyoka agamba nti, "Ai kabaka, obenga omulamu emirembe gyonna! Katonda wange yatumye malayika We, n'aziba emimwa gy'empologoma, ne zitankola bubi; kubanga mu maaso Ge nalabika nga siriiko kabi: era ne mu maaso go, ai kabaka sikolanga kabi." (Danyeri 6:21-22).

Awo kabaka n'alyoka asanyuka nnyo nnyini, n'alagira okuggyamu Danyeri mu mpuku. Awo Danyeri n'agibwa mu mpuku, so mpaawo kabi konna akaamulabwako, kubanga yali yeesize Katonda. Kino nga kya kitalo! Buno bwali buwanguzi bw'amaanyi obwatuukibwako olw'okukkiriza kwa Danyeri eyali yeesize Katonda! Olw'okuba Danyeri yali yeesize Katonda omulamu, yawona wadde yali wakati mu mpologoma enkambwe bwatyo n'ayolesa ekitiibwa kya Katonda n'eri Abamawanga.

Era kabaka n'alagira, ne baleeta abasajja abo abaaloopa

Danyeri, ne babasuula mu mpuku, wamu n'abaana baabwe saako ne bakyala baabwe; era empologoma ne zibayinza, ne zimenyaamenya amagumba gaabwe gonna, nga tebannatuuka wansi ddala mu mpuku (Danyeri 6:24). Awo kabaka Daliyo n'alyoka awandiikira abantu bonna, amawanga n'ennimi, abaatuula mu nsi zonna, ng'abakuutira okutyanga Katonda ng'ababuulira Katonda oyo kyali.

Kabaka n'abagamba nti, "Nteeka etteeka, mu matwale gonna ag'obwakabaka bwange abantu bakankanenga batyenga mu maaso ga Katonda wa Danyeri; Kubanga oyo ye Katonda omulamu, era omunywevu emirembe gyonna, n'obwakabaka bwe bwe butalizikirizibwa n'okufuga Kwe kulituukirira ddala ku nkomerero. Awonya era alokola, era akola obubonero n'eby'amagero mu ggulu ne mu nsi, eyawonya Danyeri eri amaanyi g'empologoma " (Danyeri 6:26-27).

Obuwanguzi bw'okukkiriza buno nga bwali bw'amaanyi! Bino byonna byatuukirira kubanga Danyeri teyalina kibi kyonna era yeesigiranga ddala Katonda. Bwe tutambulira mu kigambo kya Katonda era ne tubeera mu kwagala Kwe, embeera k'efaanane etya, Katonda ajja kukuterawo engeri ey'okugiwona aleete obuwanguzi gyoli.

Danyeri, Muwanguzi Olw'okukkiriza kwe Okw'amaanyi

Danyeri yalina kukkiriza kwa kika ki okusobola okuweesa Katonda ekitiibwa eky'enkanidde awo? Katutunuulire ekika ky'okukkiriza Danyeri kye yalina naffe tusobole okuwangula okusoomoozebwa okw'ekika kyonna n'okubonaabona tusobola okulabisa ekitiibwa kya Katonda omulamu eri abantu bangi.

Okusooka byonna, Danyeri teyekkiriranya bwe kyatuukanga ku kukkiriza kwe na kintu kya nsi kyonna.

Yali mukulu nnyo mu nsoga z'obwakabaka nga y'omu ku bakulu b'amasaza ge Babulooni, era yali amanyi bulungi nnyo nti yali ajja kusuulibwa mu mpuku y'empologoma singa amenya ekiragiro. Naye teyagoberera birowoozo n'amagezi eby'obuntu. Yali tatya bantu abaali bamutega obutego. Ye yafukamiranga ku ttaka n'asaba n'okwegayirira Katonda nga bwe yakolanga. Singa yali agoberedde endowooza ey'obuntu, mu nnaku 30 ekiragiro lwe kyateekebwayo eby'okusaba Katonda yandibadde agira abivaako oba yandisabye yeekwese. Wabula ye Danyeri, byombi teyabikola. Teyanoonya kuwonya bulamu bwe ate teyekkiriranya na nsi. Yakuumanga okukkiriza kwe olw'okuba yayagalanga nnyo Katonda.

Mu kigambo kimu, kyali bwe kityo lwakuba yalina okukkiriza okw'omujulizi nga mu kwo, wadde yamanya nti ekiwandiiko kyali kisiddwako omukono, yayingira mu nnyumba ye waggulu era n'aggula n'amadirisa gonna nga goolekedde Yerusaalemi. N'afukamiranga emirundi esatu buli lunaku okusaba n'okwebaza

Katonda, nga bwe yalinga akola bulijjo.

Eky'okubiri, Danyeri yalina okukkiriza era teyalekerawo kusaba.

Bwe yagwa mu mbeera ng'alina okutegekera okufa kwe, Yasaba Katonda nga bwe yalinga akola. Yali tayagala kugwa mu kibi eky'okulekayo okusaba (1 Samwiiri 12:23).

Okusaba gwe mukka ogusibwa emyoyo gyaffe, kale tetulina kulekayo kusaba. Ebizibu n'Okubonaabona bwe bijja gye tuli, tulina okusaba, era ne bwe tubeera mu mirembe, tulina okusaba tuleme okuyingira mu kukemebwa (Lukka 22:40). Olw'okuba teyalekayo kusaba, Danyeri yasobola okukuuma okukkiriza kwe era n'awangula okusoomoozebwa.

Eky'okusatu, Danyeri yalina okukkiriza okuba nti yabeeranga yeebaza mu mbeera yonna.

Ba jjajja b'okukkiriza bangi abaawandiikibwa mu Bayibuli beebazanga mu buli kimu olw'okukkiriza kubanga baamanya nti kwe kukkiriza okutuufu bbo okubeera nga beebaza mu mbeera yonna. Danyeri bwe yasuulibwa mu mpologoma kubanga yagoberera amateeka ga Katonda, ne kufuuka obuwanguzi obw'okukkiriza. Ne bwe yandibadde aliiriddwa empologoma, yandibadde ateekebwa mu mikono gya Katonda era yandibadde mulamu emirembe n'emirembe mu bwakabaka bwa Katonda. Teyatya kyali kigenda kuvaamu, oba aliibwa oba taliibwa mplogoma! Omuntu bw'aba nga ddala akiririza mu ggulu, tasobola kutya kufa.

Danyeri ne bwe yandibadde wakubeera mu mirembe ng'omukulembeza addirira kabaka ku ddaala ly'obukulembeze, kino kyandibadde kitiibwa ky'akaseera buseera. Naye okukuuma okukkiriza kwe era n'afa ng'omujulizi, abeera akkirizibwa Katonda, n'atwalibwa nga wa muwendo mu bwakabaka obw'omu ggulu era n'abeera mulamu mu kitiibwa eky'olubeerera. Yensonga lwaki yakolanga ekintu kimu kwebaza.

Eky'okuna, Danyeri teyayonoona. Yalina okukkiriza nga mu kwo yagobereranga n'okutambulira mu kigambo kya Katonda.

Bwe kyatuuka ku nsonga z'obukulembeze bwe Danyeri teyasangibwa na nsonga yonna mbi gye bayinza okumulumiriza. Nga talyanga ku nguzi, buli kimu akikola n'obwegendereza nga buli kimu akikola n'amazima. Nga obulamu bwe bwali bw'amazima!

Danyeri teyejjusa era teyakyawa kabaka eyali alagidde okumusuula mu mpuku y'empologoma. Yasigala mwesigwa eri kabaka era bwe yali ayogera naye, yagamba nti, "Ai kabaka, obenga omulamu emirembe gyonna! Singa ekigezo kino kyali kyamuweebwa kubanga yali ayonoonye, Katonda teyandimukuumye. Naye olw'okuba Danyeri yali tayonoonye, Katonda yamukuuma.

Eky'okutaano, Danyeri yalina okukkiriza okw'okwesiga Katonda yekka.

Bwe tuba nga tutiira ddala Katonda, era ne twesigama ku Ye yekka era ensonga zaffe zonna ne tuziteeka mu mikono Gye, Ajja kugonjoola buli kika kya kizibu kye tubeeramu. Danyeri yeesiga Katonda mubujjuvu, teyekkiriranya na nsi wabula n'asalawo okugondera amateeka ga Katonda era n'amusaba okumuyamba. Katonda yalaba okukkiriza kwa Danyeri era buli kimu ne Akikola okuba nti kimugendera bulungi. Emikisa ne gy'ongerwa ku mikisa ekitiibwa eky'amaanyi ne kiba nga kiddizibwa Katonda.

Bwe tubeera n'okukkiriza kwe kumu nga Danyeri kwe yalina, ne bwe tusisinkana bigezo bya ngeri ki, tusobola okubiwangula, ne tubifuula omukisa ogw'okufuna emikisa era ne tuweera Katonda omulamu obujjulizi. Omulabe setaani agenda atambulatambula ng'anoonya gw'anaalya. Kale, tulina okuwakanya setaani n'okukkiriza okw'amaanyi tusobole okutambulira mu bukuumi bwa Katonda, nga tutambulira n'okugondera ekigambo kya Katonda.

Okuyita mu kubonyaabonyezebwa kwe tuyitamu okwakaseera akatono Katonda ajja kututuukiriza, ajja kutunyweza era atuwe amaanyi (1 Peetero 5:10). Ka mubeere n'okukkiriza kwe kumu nga okwa Danyeri, Mutambule ne Katonda ekiseera kyonna, era mu Mugulumize, mu linnya lya Mukama waffe Yesu Kristo nsabye!

Essuula 7

Katonda Atuweerawo

Olubereberye 22:11-14

Ne malayika wa MUKAMA n'amukoowoola ng'ayima mu ggulu, n'ayogera nti, "Ibulayimu, Ibulayimu!" N'ayogera nti, "Nze nzuuno." N'ayogera nti, "Tossa Mukono gwo ku mulenzi, so tumukolako kantu, kubanga kaakano ntegedde ng'otya Katonda, kubanga tonnyimye mwana wo, omwana wo omu." Ibulayimu n'ayimusa amaaso ge, n'atunula, era laba, ennyuma we endiga ensajja, ng'ekwatiddwa mu kisaka n'amayembe gaayo; Ibulayimu n'agenda n'atwala endiga n'agiwaayo okuba ekiweebwayo ekyokye mu kifo ky'omwana we. Ibulayimu n'atuuma ekifo kiri erinnya Yakuwayire, nga bwe kyogerwa ne leero nti ,"Ku lusozi lwa MUKAMA, kirirabwa."

Ekigambo Jehovah-jireh! nga kinyuma okuwulira! Kiri mu lungereza era kitegeeza nti Katonda abeera yatutegekedde dda eky'okuddamu. Leero abakkiriza bangi mu Katonda bawulidde era bamanyi nti Katonda atutegekera eky'okuddamu nga n'ebintu bye tuyitamu tebinnabaawo. Naye eri abantu bangi ekigambo kya Katonda kino kirema okutuukirira mu bulamu bwabwe obw'okukkiriza.

Ekigambo "Jehovah-jireh" kiyimirirawo ku lw'emikisa, obutuukirivu, n'essuubi. Buli muntu ayaayaanira era ayagala ebintu bino. Naye bwe tutakwata ekkubo eritutwala eri ekigambo kino, tetusobola kuyingira mu kkubo ery'emikisa. Kale njagadde okugabana na mmwe okukkiriza kwa Ibulayimu ng'eky'okulabirako eky'omusajja eyafuna emikisa gya "Jehovah-jireh."

Ibulayimu Yateeka Ekigambo kya Katonda mu kifo Ekisooka okusooka ekintu ekirala kyonna

Yesu n'agamba mu Makko 12:30, "Era yagalanga Mukama Katonda wo, n'omutima gwo gwonna, n'obulamu bwo bwonna, n'amagezi go gonna, n'amaanyi go gonna." Nga bwe kyogera mu Lubereberye 22:11-14, Ibulayimu yayagala nnyo Katonda n'atuuka okuba nti awuliziganya na Katonda maaso ku maaso, n'ategeera okwagala kwa Katonda, era n'afuna emikisa gya Jehovah-jireh. Olina okukimanya nti tekyabaawo bubeezi ye okubeera ng'afuna byonna bye yafuna.

Ibulayimu Yateeka Katonda mu kifo ekisooka okusooka ekintu ekirala kyonna, era n'atwala ekigambo Kye nga kya muwendo okusinga ekintu ekirala kyonna. Kale teyagoberera birowoozo bye ye era bulijjo yabeeranga mwetegefu okugondera Katonda. Olw'okuba yabeeranga wa mazima eri Katonda n'eri ye yennyini nga tatambulira mu bulimba, yali mwetegefu munda mu mutima gwe okufuna emikisa.

Katonda n'agamba Ibulayimu mu Lubereberye 12:1-3, "Vva mu nsi ya nnyo, era awali ekika kyo, n'ennyumba ya kitaawo, oyingire mu nsi gye ndikulaga; nange ndikufuula eggwanga eddene, era naakuwanga omukisa, era naakuzanga erinnya lyo, era beeranga mukisa ggwe, nange naabawanga omukisa abanaakusabiranga ggwe omukisa, n'oyo anaakukolimiranga naamukolimiranga Nze. Ne mu ggwe ebika byonna eby'omu nsi mwe biriweerwa omukisa."

Mu mbeera ng'eno, Singa Ibulayimu yali akozesezza ebirowoozo eby'obuntu, yandiwulidde okukaalubirizibwa nga Katonda amugambye okuva mu nsi ye, ekika kye n'ennyumba ya kitaawe. Naye Katonda kitaffe, yamutwala nga ye Mutonzi, ng'era ye asooka. Mu kukola kino yasobola okugonda wamu n'okugoberera okwagala kwa Katonda. Mu ngeri y'emu, omuntu yenna asobola okugondera Katonda n'essanyu bw'aba nga ddala ayagala Katonda. Kiri bwe kityo lwakuba akiriza nti Katonda aganya ebintu bino byonna okubaawo ku lw'obulungi bwe.

Ebitundu bya Bayibuli bingi bitulaga bajjajja b'okukkiriza bangi abaateeka ekigambo kya Katonda mu kifo ekisooka era ne batambulira mu kigambo Kye. 1 Bassekabaka 19:20-21 wagamba, "[Erisa] n'aleka ente n'adduka mbiro okugoberera Eriya, n'ayogera nti, 'Nkwegayiridde, ka mmale okunywegera kitange ne mmange, ndyoke nkugoberere.' N'amugamba nti, 'Ddayo, kubanga nkukoze ki?' Naddayo n'atamugoberera, n'addira omugogo gw'ente n'azitta, n'afumba ennyama yazzo n'ebintu eby'ente, n'agabira abantu ne balya, Awo n'agolokoka n'agoberera Eriya n'amuweereza." Katonda bwe yayita Erisa okuyita mu Eriya, amangu ago yaleka byonna bye yalina n'agoberera okwagala kwa Katonda.

Bwe kityo bwe kyali ne ku bayigirizwa ba Yesu. Yesu bwe yabayita, amangu ago ne bamugoberera. Matayo 4:18-22 watugamba, "Yesu bwe yali ng'atambula ku ttale ly'ennyanja y'e Ggaliraaya, n'alaba ab'oluganda babiri, Simooni gwe bayita Peetero, ne Andereya muganda we, nga basuula omugonjo mu nnyanja; kubanga baali bavubi. N'abagamba nti, 'Mujje muyite Nange, nange ndibafuula abavubi b'abantu.' Amangu ago ne baleka emigonjo gyabwe, ne bayita Naye. N'atambulako mu maaso n'alaba ab'oluganda babiri abalala, Yakobo omwana wa Zebeddayo, ne Yokaana muganda we, nga bali mu lyato wamu ne kitaabwe Zebeddayo nga bayunga emigonjo gyabwe, n'abayita. Amangu ago ne baleka awo eryato ne kitaabwe, ne bagenda Naye."

Yensonga lwaki nkukubiriza n'amaanyi ggwe okufuna okukkiriza nga osobola okugondera okwagala kwa Katonda kwonna, era n'okutwala ekigambo kya Katonda nti kye kisooka, Katonda asobola okukola ku lw'obulungi bwe bintu byonna gyoli olw'amaanyi Ge.

Ibulayimu Bulijjo Y'addangamu na, "Weewaawo!"

Okusinziira ku kigambo kya Katonda, Ibulayimu yaleka ensi ye, Kalani, n'akkirira mu nsi ye Kanani. Naye olw'okuba waaliyo enjala nnyingi, yalina okugenda mu nsi ye Misiri (Olubereberye

12:10). Bwe yatuukayo, Ibulayimu n'ayita mukyala we nti 'mwannyina' nti baleme kumutta. Ku kino, abamu bagamba nti ekyamuyisa mukyala we nti mwannyima yali mutiitiizi nnyo ng'atya. Naye nga ekyaliwo teyabalimba, wabula yakozesa ebirowoozo eby'obuntu. Kino kikakasibwa n'eky'okuba nti bwe yalagirwa okuva mu nsi yaabwe, yagonderawo nga tatidde. Kale, si kituufu okulowooza nti yabalimba nti Sarai yali mwannyina nti olw'okuba yali mutiitiizi. Yakikola, si lwakula nti waaliwo oluganda wakati waabwe kyokka, wabula n'olwokuba nti yalowooza nti kyali kisingako okumuyita 'mwannyina' okusinga okumuyita 'mukyala we.'

Bwe yali ng'akyali mu Misiri, Ibulayimu yatereezebwa Katonda okusobola okubeera nga yeesigama ku Katonda yekka n'okukkiriza okutuukiridde nga tagoberera magezi ga buntu. Yalinga mwetegefu okugonda, naye nga muli mu ye yalinamu ebirowoozo eby'omubiri ebyali birina okumuvaamu. Okuyita mu kusoomoozebwa kuno Katonda yaganya Falaawo w'e Misiri okumuyisa obulungi. Katonda yawa Ibulayimu emikisa mingi omuli endiga n'ente endogoyi saako abaddu abakazi n'abasajja endogoyi enkazi saako eng'amiya.

Kino kitulaga nti okusoomoozebwa bwe kujja gye tuli olw'okuba tetugonda tubonaabona n'ebizibu, so nga ebizibu bwe bijja olw'ebirowoozo byaffe eby'omubiri kiba kitegeeza nti tetunnabyegyako, wadde nga tuli bagonvu, Katonda asobozesa buli kimu okubaawo ku lw'obulungi bwaffe.

Okusoomoozebwa kuno kw'amusobozesa okufuuka oyo addamu n'ekigambo kimu nti "Amiina" era n'agonda mu buli kimu, era oluvannyuma Katonda n'amulagira okuwaayo omwana we omu yekka Isaaka ng'ekiweebwayo ekyokebwa. Olubereberye 22:1 wasoma nti, "Oluvannyuma lw'ebyo, Katonda n'akema Ibulayimu, n'amugamba nti, 'Ibulayimu!' n'ayogera nti, 'Nze nzuuno.'"

Isaaka okuzaalibwa, Ibulayimu yalina emyaka kikumi era ne mukyala we, Sarai, yalina emyaka kyenda. Eri abazadde bano kyali kizibu okufuna omwana ono naye olw'ekisa kya Katonda n'ekisuubizo kya Katonda, baafuna omwana omulenzi era omwana yali atwalibwa nga wa muwendo nnyo gye bali okusinga ekintu ekirala kyonna. Okwongereza kw'ekyo, ye yali ensigo ey'ekisuubizo kya Katonda. Yensonga lwaki yeewuunya nnyo ate Katonda bwe yamugamba okuwaayo omwana we ng'ekiweebwayo ekyokebwa ng'ekisolo! Kyali kissuka ku kutegeera kw'omuntu yenna.

Naye olw'okuba Ibulayimu yali akkiriza nti Katonda yali asobola okuzuukiza mutabani we okuva mu bafu, yagondera Katonda (Abaebbulaniya 11:17-19). Mu ngeri endala, olw'okuba ebirowoozo eby'obuntu byonna yali abyegyeeko, yasobola okufuna okukkiriza okusobola okumukkirizisa okuwaayo omwana we omu yekka Isaaka ng'ekiweebwayo ekyokebwa.

Katonda yalaba okukkiriza kwa Ibulayimu kuno n'ategeka omwana gw'endiga ng'ekisolo ky'ajja okuwaayo, Ibulayima aleme kukola mwana we bulabe bwonna. Ibulayimu n'alaba endiga ensajja, ng'ekwatiddwa mu kisaka n'amayembe gaayo; n'agikwata n'agiwaayo ng'ekiweebwayo eky'okebwa mu kifo ky'omwana we. Ibulayimu n'atuuma ekifo kino erinnya Yakuwayire, nga bwe kyogerwa ne leero nti, "Ku lusozi lwa MUKAMA, kirirabwa

Katonda yasiima Ibulayimu olw'okukkiriza kwe ng'agamba mu Lubereberye Genesis 22:12 nti, "Kaakano ntegedde ng'otya

Katonda, kubanga tonnyimye mwana wo, omwana wo omu.,"" era n'amuwa ebisuubizo eby'ewuunyisa eby'emikisa nnyiriri 17-18, "Okukuwa omukisa naakuwanga omukisa, n'okwongera n'akwongerako ezadde lyo ng'emmunyeenye ez'omu ggulu, ng'omusenyu oguli ku ttale ly'ennyanja, era ezzadde lyo balirya omulyango, ogw'abalabe baabwe. Era mu zzadde lyo amawanga gonna ag'omu nsi mmwe galiweerwa omukisa, kubanga owulidde eddoboozi Lyange."

Wadde okukkiriza kwo tekunnatuuka ku ddaala lya Ibulayimu, oyinza okuba waali ofunye ku mikisa egya 'Yakuwayire' Nga bwe wali onaatera okubaako ky'okola, weesanga nga Katonda yakikoledde dda. Ekyo kyasoboka okubaawo kubanga omutima gwo gwali ku Katonda mu kiseera ekyo. Bw'oba osobola okubeera n'okukkiriza kwe kumu nga okwa Ibulayimu n'ogondera Katonda mu bujjuvu, ojja kutambulira mu mikisa egya 'Yakuwayire' awantu wonna ekiseera kyonna; obulamu obw'ekika ekyo mu Kristo nga bwewuunyisa!

Ggwe okusobola okufuna emikisa egya Jehovah-jireh, 'MUKAMA ajja kugabirira,' olina okwogeranga nti "Amiina" eri buli kiragiro kya Katonda, era otambulire mu kwagala kwa Katonda kwokka nga tolemera ku birowoozo byo ggwe wadde n'akamu. Olina okusiimibwa Katonda. Yensonga lwaki Katonda atugamba bulungi nti okugonda kusinga ssaddaaka (1 Samwiiri 15:23).

Yesu yabeera mu kifaananyi kya Katonda, naye Teyeetwala nti yeenkankana ne Katonda ekintu ekyegombebwa, wabula yeegyako ekitiibwa kyonna bwe yeetwala ng'omuddu n'abeera mu kifaananyi ky'abantu. Era ne Yeetoowaza okutuuka okufiira ku musaalaba (Abafiripi 2:6-8). Era ku buwulize buno obutuukiridde, 2 Abakkolinso 1:19-20 wagamba, "Kubanga Omwana wa Katonda, Yesu Kristo, ffe gwe twabuulira mu mmwe, nze ne Sirwano ne Timoseewo, teyali nti weewaawo nti oba si weewaawo, naye mu Ye mwe muli wewaawo. Kubanga mu byonna Katonda bye yasuubiza, mw'oyo mwe muli weewaawo; era oyo ky'ava aleeta Amiina, Katonda atenderezebwe ku bwaffe."

Nga Omwana wa Katonda omu yekka bwe yagamba kimu kyokka nti "Weewaawo," naffe tulina okwogera awatali kubuusabuusa "Amiina" eri buli kigambo kya Katonda era ogulumize Katonda olw'okufuna emikisa 'Mukama ajja Kugabirira.'

Ibulayimu Yanoonyanga Mirembe N'obutuukirivu mu Buli Kimu

Olw'okuba yakulembezanga ekigambo kya Katonda okusooka ekintu ekirala kyonna, era nga yamwagala nnyo okusinga ekintu ekirala kyonna, Ibulayimu yayogeranga kimu kyokka "Amiina" eri buli kigambo kya Katonda era n'akigondera mu bujjuvu asobole okusanyusa Katonda.

Okwongereza kw'ekyo, yatukuzibwa mu bujjuvu era bulijjo n'anoonyanga okubeera mu mirembe na buli omu amwetooloodde, asobole okusiimibwa Katonda.

Mu lubereberye 13:8-9, yagamba omwana wa mwannyina Luuti nti, "Waleme okubaawo empaka, nkwegayiridde eri nze naawe, n'eri abasumba bange, n'abasunba bo, kubanga tuli ba luganda. Ensi yonna teri mu maaso go? Yawukana nange nkwegayiridde; obanga oneeroboza omukono ogwa kkono, nange naagenda ku mukono ogwa ddyo; oba bw'oneeroboza omukono ogwa ddyo, nange n'atwala ogwa kkono."

Ye yali asinga obukulu, naye yawa Luuti omukisa okweroboza oludda lw'ekifo ky'aba atwala okusobola okubeera mu mirembe, ye ne yeefiriza omukisa ogwo. Kyali bwe kityo lwakuba yali teyeenoonyeza bibye, wabula nga alowooza ku balala n'okwagala okw'omwoyo. Mu ngeri y'emu, bw'otambulira mu mazima, tolina kuyomba n'okukuubagana n'abalala saako okwewaana okusobola okubeera mu mirembe n'abalala.

Mu Lubereberye 14:12, 16 tulaba nti Ibulayimu bwe yawulira nti omwana wa mwannyina awambiddwa, n'amunoonya nga yakulembeddemu abasajja be abatendeke, abaali mu nnyumba ye, nga baali ebikumi bisatu mu kkumi na munaana, era n'agoberera abaali babawambye bwatyo n'akomyawo byonna bye baali bawambye, ne Luuti n'amuzza n'ebintu bye byonna, abakazi n'abantu abalala bonna. Era olw'okuba yali mwesimbu era ng'atambulira mu mazima, Y'awa Merukizeddeeki, kabaka we Ssaalemi, ekimu eky'ekkumi eky'ebyo byonna bye baali bafunye nga bwe kyalina okubeera, ebirala byonna n'abiwa kabaka we Sodoma ng'agamba "Nga ndayira nti siritwala kaggwa newakubadde akakoba k'engatto newakubadde akantu konna k'olina oleme okwogera nti, 'Mmugaggawazizza bulaamu'" (olu. 23). N'olwekyo, Ibulayimu teyanoonyanga mirembe n'abantu abalala kyokka, wabula yatambuliranga mu bulamu obutaliiko bbala era obulambulukufu.

Abaebbulaniya 12:14 wagamba, "Mugobereranga emirembe

eri abantu bonna, n'obutukuvu, awatali obwo si wali aliraba Mukama." Mbakubiriza nnyo mmwe okutegeera nti Ibulayimu yasobola okufuna emikisa egya Jehovah-jireh, 'Yakuwayire,' kubanga yanoonyanga emirembe n'abantu bonna era n'atuukiriza obutuukirivu. Naawe nkukubiriza okufuuka omuntu bwatyo nga bwe yali.

Okukkiririza mu Maanyi ga Katonda Omutonzi

Ffe okusobola okufuna emikisa egya 'Yakuwayire,' tulina okukkiririza mu maanyi ga Katonda. Abaebbulaniya 11:17-19 watusomesa nti, "Olw'okukkiriza Ibulayimu, bwe yakemebwa n'awaayo Isaaka era eyaweebwa ebyasuubizibwa n'essanyu yali agenda okuwaayo omwana we eyazaalibwa omu yekka, eyagambibwa nti, 'Mu Isaaka ezzadde lyo mwe linaayitirwanga.' Bwe yalowooza nga Katonda ayinza okuzuukiza mu bafu, era mwe yamuweerwa mu kifaananyi." Ibulayimu yakkiririza mu maanyi ga Katonda Omutonzi nti eri Ye, buli kimu kisoboka, bwatyo n'asobola okugondera ekigambo kya Katonda awatali kugendera ku birowoozo bye eby'obuntu.

Oyinza kukola ki nga Katonda akulagidde okuwaayo omwana wo omu yekka gw'olina ng'ekiweebwayo ekyokebwa? Bw'oba okkiririza mu maanyi ga Katonda nga eri Ye, tewali kimulema, ekintu ne bwe kirabika ng'ekitakola makulu gyoli, olina okukigondera. Olwo nno lw'ojja okufuna emikisa agya 'Yakuwayire.'

Nga amaanyi ga Katonda bwe gataliiko kkomo, Atageka eky'okuddamu nga tetunasisinkana na mbeera, era n'atuukiriza, era n'atusasula n'emikisa bwe tumugondera mu bujjuvu nga tetutaddemu birowoozo byaffe eby'omubiri nga Ibulayimu bwe yakola. Bwe tuba n'ekintu kye twagala okusinga Katonda oba ne tugamba "Amiina" ku bintu byokka ebikkiriziganya n'endowooza zaffe n'enjigiriza ze tumanyi, tetulisobola okufuna emikisa egyo egya 'Yakuwayire.'

Nga bwe kyogera mu 2 Bakkolinso 10:5, "Nga tumenya empaka na buli kintu ekigulumivu ekikulumbazibwa okulwana n'okutegeera kwa Katonda era nga tujeemula buli kirowoozo okuwulira Kristo," Okusobola okufuna emikisa egy'ekika kya 'Yakuwayire,' tulina okweggyako buli kika kya birowoozo eby'abantu era tufune okukkiriza okw'omwoyo okusobola okutwogeza nti "Amiina." Singa Musa teyalina kukkiriza kwa mwoyo, yandiyawuddemu atya ennyanja emyufu? Awatali kukkiriza kwa mwoyo, Yoswa yandisudde atya ekibuga Yeriko?

Bw'okkiririza mu bintu byokka ebikkiriziganya n'okutegeera kwo, tekisobola kuyitibwa obugonvu obw'omwoyo. Katonda atonda ekintu nga talina mwakiggye, kati amaanyi Ge gayinza gatya okwenkanankana n'amaanyi saako amagezi g'abantu abakola ebintu nga babigya mu birala?

Mataayo 5:39-44 wasoma bwe wati. "Naye nange mbagamba nti, temuziyizanga mubi; naye omuntu bwakukubanga oluba olwa ddyo, omukyukizanga n'olwa kkono. Omuntu bw'ayagalanga okuwoza naawe okutwala ekkanzu yo, omulekeranga n'ekizibawo kyo. Omuntu bw'akuwayirizanga okutambula naye mairo emu, tembulanga naye n'ey'okubiri. Akusabanga omuwanga omuntu bw'ayagalanga okumuwola, tomukubanga mabega. Mwawulira bwe baagambibwa nti, 'Oyagalanga munno, okyawanga omulabe wo.' Naye mbagamba nti, mwagalenga abalabe bammwe, musabirenga ababayigganya."

Ekigambo kino eky'amazima ga Katonda nga kya njawulo nnyo okuva ku birowoozo byaffe n'okutegeera! Yensonga lwaki nkukubiriza ojjukirenga nti bw'ogezaako okugamba nti "Amiina" eri ebyo by'okiriziganya n'abyo mu birowoozo byo tosobola kutuukiriza bwakabaka bwa Katonda era n'ofuna emikisa egy'ekika kya Jehovah-jireh, 'Yakuwayire.'

Wadde ogamba nti okkiririza mu Katonda Ayinza Byonna, bw'ofuna ebizibu weerariikirira, olumwa, era n'onyolwa? Kati okwo, tekuyinza kuyitibwa kukkiriza kw'amazima. Kubanga bw'oba n'okukkiriza okw'amazima, olina okukkiririza mu maanyi ga Katonda era ekizibu kyo okimukwase ng'oli mu ssanyu n'okwebaza.

Ka buli omu ku mmwe atwale Katonda nga Namba emu, era mugonde okuba nti mwogera ekigambo kimu kyokka "Amiina" eri buli kigambo kya Katonda, munoonye emirembe n'abantu bonna mu butuukirivu, era mukkiririze mu maanyi ga Katonda oyo asobola okuzuukiza abafu musobole okufuna n'okweyagalira mu mikisa 'Yakuwayire,' mu linnya erya Mukama waffe Yesu Kristo Nsabye!

Omuwandiisi:
Dr. Jaerock Lee

Dr. Jaerock Lee Yazaalibwa Muan, ekisangibwa mu ssaza lye Jeonnam, mu nsi ye Korea, mu mwaka gwa 1943. Bwe yali mu myaka amakumi abiri, Dr. Lee yabonaabona n'endwadde nnyingi ez'olukonvuba okumala emyaka musanvu era ng'alinda bulinzi kufa awatali ssuubi lya kuwona. Wabula lumu mu biseera eby'ebbugumu mu mwaka gwa 1974, yatwalibwa mwannyina mu kanisa era bwe yafukamira wansi okusaba, amangu ago Katonda Omulamu n'amuwonya endwadde ze zonna..

Okuva Dr. Lee bwe yasisinkana Katonda Omulamu okuyita mu ngeri ennungi bw'etyo, ayagadde Katonda n'omutima gwe gwonna era n'amazima, era mu mwaka gwa 1978 yayitibwa okuba omuweereza wa Katonda. Yasaba n'amaanyi ge gonna n'okusiiba asobole okutegeera obulungi okwagala kwa Katonda, alyoke akutuukirize mu bujjuvu era agondere Ebigambo bya Katonda byonna. Mu 1982, yatandika ekanisa eyitibwa Manmin Central Church esangibwa mu kibuga Seoul, eky'omu nsi ye Korea, era eby'amagero bya Katonda ebitabalika, omuli okuwonya okw'eby'amagero bizze bibeerawo mu kanisa ye.

Mu 1986, Dr. Lee yatikkirwa ku mukolo Annual Assembly of Jesus ogwali mu Sungkyul Church of Korea, n'afuuka omusumba era oluvanyuma lw'emyaka ena mu mwaka gwa 1990, obubaka bwe bwatandika okuzanyibwa ku butambi mu nsi ya Australia, Russia, Philippines, n'ensi endala nnyingi ku mikutu nga Far East Broadcasting Company, Asia Broadcast Station, ne Washington Christian Radio System.

Nga wayise emyaka essatu mu 1993, Manmin Central Church yalondebwa okuba "emu ku kanisa 50 ezikulembedde mu nsi yonna" nga bino byafulumizibwa aba Christian World magazine (ng'efulumira mu Amerika) era n'afuna ekitiibwa ky'obwa Dokita mu By'eddiini okuva mu ttendekero eriyitibwa Christian Faith College, eky'omu kibuga Florida, ekisangibwa mu Amerika, era mu 1996 yaweebwa eky'obwa ssabakenkufu mu ttendekero lye Kingsway Theological Seminary, eky'omu kibuga Iowa, ne mu Amerika.

Okuva omwaka gwa 1993, Dr. Lee akulembeddemu okutambuza enjiri mu nsi yonna okuyita mu kuluseedi ennyingi z'akubye emitala w'amayanja nga kuluseedi eyali e Tanzania, Argentina, L.A., Baltimore City, Hawaii, ne New York City eky'omu Amerika, Uganda, Japan, Pakistan, Kenya, Philippines, Honduras, India, Russia, Germany, Peru, Democratic Republic of the Congo, Israel ne Estonia.

Mu 2002 empapula ez'amaanyi mu Korea z'amuyitanga "omusumba ow'ensi yonna" olw'emirimu gye mu nsi ez'enjawulo gye yakubanga Kuluseedi ennene ennyo. Naddala, kuluseedi ye ey'omu kibuga New York eyaliyo mu 2006 nga yayatiikirira nnyo, Kuluseedi eyali mu kisaawe ekimanyiddwa ennyo ekiyitibwa Madison Square Garden era nga yayita ku mpewo ku mikutu gy'empuliziganya mu nsi 220, mu kuluseedi gye yakuba mu Isiraeri mu mwaka gwa 2009 mu kifo ekiyitibwa International Convention Center ekisangibwa mu Yerusaalemi era n'alangirira mu buvumu nti Yesu Kristo ye Mununuzi era Omulokozi.

Obubaka bwe butuuka mu nsi 176 okuyita ku setirayiti n'omukutu ogumanyiddwa nga GCN TV era mu mwaka gwa 2009 ne 2010 akatabo akamanyiddwa ennyo mu Russia kaafulumya nti Dr. Lee y'omu ku bakulembeze b'eddiini 10 abasinga okukwata ku bantu, mu katabo Victory ne mu new agency Christian Telegraph olw'obuweereza bwe ku TV obw'amaanyi ne mu makanisa agali ebunaayira gasumba.

Weguweredde omwezi ogw'okutaano mu 2013, Ekanisa ya Manmin Enkulu eweza ba memba abassuka mu 120,000. Waliwo amatabi g'ekkanisa 10,000 mu nsi yonna, nga 56 gali mu nsi ye Korea, era aba minsani 125 beebakasindikibwa mu nsi 23, omuli Amerika, Russia, Germany, Canada, Japan, China, France, Buyindi, Kenya, n'endala nnyingi.

Ekitabo kino w'ekifulumidde, Dr. Lee abadde awandiise ebitabo ebirala 85, omuli ebisinze okutunda nga Okuloza ku Bulamu Obutaggwaawo nga si n'afa, Obulamu Bwange, Okukkiriza Kwanga I & II, Obubaka Bw'omusalaba, Ekigera Okukkiriza, Eggulu I & II, Ggeyeena, Zuukusa Isiraeri! ne Amaanyi ga Katonda. Ebitabo bye bikyusiddwa okudda mu nnimi ezissuka mu 75.

Obubaka bwe obw'ekikristaayo buwandiikibwa mu miko gye mpapula z'amawulire ng'olwa The Hankook Ilbo, The JoongAng Daily, The ChosunIlbo, The Dong-A Ilbo, The Munhwa Ilbo, The Seoul Shinmun, The Kyunghyang Shinmun, The Korea Economic Daily, The Korea Herald, The Shisa News, ne The Christian Press.

Dr. Lee kati akola ng'omukulembeze w'ebitongole by'obu misani bingi saako ebibiina: nga ye Sentebe wa, The United Holiness Church of Jesus Christ; Ye Pulezidenti wa, Manmin World Mission; Pulezidenti ow'enkalakalira owa, The World Christianity Revival Mission Association; Ye yatandika, Manmin Ttivvi; Ye yatandika era ali ku bboodi ya, Global Christian Network (GCN); Mutandisi era ye Ssentebe wa Bboodi ya, World Christian Doctors Network (WCDN); era ye yatandika era ye sentebe wa Bboodi ya, Manmin International Seminary (MIS).

Ebitabo ebirala Eby'amaanyi eby'omuwandiisi y'omu

Eggulu I & II

Ekifaananyi ekiraga ekifo ekirungi ennyo abatuuze b'omu ggulu mwe babeera n'ennyinyonyola ennungi ey'emitendera egy'enjawulo egy'obwakabaka obw'omu ggulu.

Obubaka Bw'Omusalaba

Obubaka obw'amaanyi obw'okuzuukusa abantu bonna ab'ebase mu mwoyo! Mu kitabo kino ojja kusangamu ensonga lwaki Yesu ye Mulokozi yekka n'okwagala okutuufu okwa Katonda.

Ggeyeena

Obubaka obw'amazima eri abantu bonna okuva eri Katonda, oyo atayagala wadde omwoyo ogumu okugwa mu bunnya bwa ggeyeena! Mujja kuzuula ebyo ebitayogerwangako ku bukambwa ate nga bwa ddala obuli mu magombe aga wansi aga geyeena.

Omwoyo, Emmeeme, n'Omubiri I & II

Ekitabo kino kiraga ekkubo eryangu eri abasomi eribasobozesa okwenyigira mu buzaaliranwa bwa Katonda era ne bafuna emikisa gyonna egyo egyabasuubizibwa Katonda.

www.ingramcontent.com/pod-product-compliance
Lightning Source LLC
LaVergne TN
LVHW061038070526
838201LV00073B/5098